சுவர்க வாழ்வின் தன்மைகள்

(வேண்டுவன யாவும் கிட்டும் –பாகம் II)

The Heavenly Life

(All These Things Added –Part II)

ஜேம்ஸ் ஆலன்

(தமிழில் சே.அருணாசலம்)

வள்ளியம்மை பதிப்பகம்

mobile/WhatsApp: 91-8939478478

email: arun2010g@gmail.com

சே.அருணாசலம்

நூல் விவரம்

நூல் தலைப்பு : *சுவர்க வாழ்வின் தன்மைகள்*

Book Title : Suvarga Vazhlvin Thanmaigal

ஆசிரியர் : ஜேம்ஸ் ஆலன்

தமிழில் : சே.அருணாசலம்

உரிமை@ : வள்ளியம்மை பதிப்பகம்

முதல் பதிப்பு : 2024

பக்கங்கள் : 126

தாள் : 70 ஜிஎஸ்எம்

அச்சகம் : Real Impact Solutions, Chennai- 600 004

வெளியீடு : வள்ளியம்மை பதிப்பகம்
அலைபேசி: 91-8939478478
மின்னஞ்சல்: arun2010g@gmail.com

விலை : ரூ 180/-

ISBN : 978-93-341-5068-1

உள்ளடக்கம்

கப்பலோட்டிய தமிழர் வ உ சி **1916**ல் எழுதிய கட்டுரை 4
1. தெய்வீக இருப்பின் வீற்றிடம் 11
2. என்றும் நிலவும் இக்கணப்பொழுது 24
3. அசல் எளிமை 35
4. என்றும் துணைநிற்கும் மெய்யறிவு 45
5. பணிவும் பொறுமையும் ஆன சாந்த குணத்தின் வலிமை 57
6. நேர்மையான மனிதன் 71
7. சீரிய அன்பு 77
8. முழுமையான சுதந்திரம் 87
9. உயர்நிலையும் நன்மையும் 94
10. சுவர்கம் உள்ளத்திலே 108
அச்சு புத்தக விலை பட்டியல் 124

3

கப்பலோட்டிய தமிழர் வ உ சி 1916ல் எழுதிய கட்டுரை

ஜேம்ஸ் ஆலன்.

(சரித்திரச் சுருக்கம்.)

ஜேம்ஸ் ஆலன் என்பவர் இங்கிலாந்து தேசத்தில் லேஸ்டர் என்னும் நகரத்தில் 1864ம் ௵ நவம்பர் மாசம் 28-ம் தேதி பிறந்தார். அவர் இளமைப் பருவத்திலேயே கல்வியில் மிக்க அவா வுடையவர்; அடிக்கடி தனித்த இடத்திற்குச் சென்று நூல்களை வாசித்துச் சிந்தித்திருப்பவர்; தமது தந்தையாரிடம் ஜீவதத்துவங்களைப்பற்றி வினவுபவர். அவரது தந்தையார் அவ்வினாக்களுக்கு விடைகள் கூற இயலாது தயங்குவதுண்டு. அப்பொழுது அவரே தமது வினாக்களுக்கு விடைகள் கூறுவர். அவற்றைக் கேட்டு அவரது தந்தையார் "மகனே! இவ்வளவு அறிவு ஒரு பிறப்பில் கற்ற கல்வியால் வரத்தக்க தன்று; நீ முன் பல பிறப்புக்களில் கற்றிருக்கிறாய் போலும்." என்று கூறுவார்.

ஆலனது இளமைப் பருவத்தில் அவரது சரீரம் அதிக துர்ப்பலமாயிருந்தது. அப்படியிருந்தும் அவர் விஷயங்களை அதிகமாக ஆலோசனைசெய்து ஆராய்ச்சி பண்ணுவது வழக்கம்; அதைப் பார்த்த பலர், "நீர் இவ்வளவு தூரம் ஆலோசனைசெய்து ஆராய்ச்சி புரிவதால் உமது சரீரத்திற்குத் தீங்கு விளையக்கூடும்" என்று கூறுவதுண்டு. அவரது தந்தையாரும், "ஆலனே! நீ இவ்வளவு தூரம் உன் மனத்திற்கு வேலை கொடுப்பாயானால் நீ சீக்கிரம் மரணம் அடைவாய்" என்று பல முறை கூறினதுண்டு. இவரது இவ்வார்த்தைகள் பிற்காலத்தில் ஆலனது ஞாபகத்திற்கு வந்தபோதெல்லாம் அவர் புன்சிரிப்பாகச் சிரித்துக்கொள்வர்.

௨

ஆலன் எதனை எதனை எந்தளந்த நேரத்திற் செய்யவேண்டுமோ, அதனை அதனை அந்த அந்த நேரத்தில் தமது முழு மனத்தோடும் செய்துமுடிப்பர். அவர் எதிலும் தமது மனத்தை அரைகுறையாகச் செலுத்துவதில்லை; எதனையும் அரைகுறையாகச் செய்வதுமில்லை. அவர் எதனைச் செய்தாலும் திருத்தமாகவும் பூர்த்தியாகவும் செய்வர். அவரது ஏகாக்கிரசித்தமே அவர் அடைந்த உன்னத பதவிக் கெல்லாம் அடிப்படையாகும். படித்தல், விளையாடல், உண்ணல், உறங்கல் முதலிய சகல செயல்களையும் அவர் கிரமமாகவும் ஒழுங்காகவும் செய்துமுடிப்பர்.

அவர் வாலிபப் பருவத்தை அடைந்த பின்னர் தமது சிநேகிதரோடு நீண்ட தூரம் உலாவச் செல்வர். அவர் தமது மார்க்கத்தில் இயற்கைப் பொருள்களைப் பார்த்துக் களிப்புறுவர். துஷ்டமிருகங்களையும் நெருங்கி அவற்றின் குணாதிசயங்களைக் கவனித்து அவற்றினிடத்து அன்பு பாராட்டுவர். அத்துஷ்டமிருகங்களும் அவரிடத்தில் நெருங்கிவந்து அவர் வார்த்தைக்குப் பணிந்து இணங்கி நிற்கும். அவருடைய பதினைந்தாவது வயதில் அவர் தந்தையாரின் ஐசுவரிய மெல்லாம் போய்விட்டன. அவரது தந்தையார் தமது குடும்பத்தின் அன்னவஸ்திராதிகளுக்குப் பணம் சம்பாதிக்கும் பொருட்டு அமெரிக்காவுக்குச் சென்றனர். அங்குப் போய்ச் சேர்ந்த இரண்டு தினங்களுக்குள் நியூ யார்க் நகர் வைத்தியசாலையில் அவர் இறந்துபோயினர். அவரிடமிருந்து நமது ஆலன் குடும்பத்திற்குக் கிடைத்த செல்வமெல்லாம் அவர் நீண்ட காலமாக வைத்திருந்த வெள்ளிக் கைக்கடிகாரம் ஒன்றே. அவ

ரது மரணத்திற்குப் பின் ஆலன் நாள்தோறும் பதினைந்து மணி நேரம் வேலை செய்து தமது தாயாரையும் தமது இரண்டு சகோதரரையும் பாதுகாத்துவந்தனர். அக்காலத்தில் அவர் தினந்தோறும் மூன்றுநான்கு மணி நேரம் நூல்களை வாசித்துவருவர். "கருமம் செய ஒருவன் கைதூவேன் என்னும், பெருமையிற் பீடுடைய தில்" என்று நம் வள்ளுவர் கூறியதுபோல, அவரும் "அதிகம் கஷ்டப்பட்டு 'வேலைசெய்தல் அநேகம் பாஷைகளைக் கற்பதோடொக்கும்" என்று அடிக்கடி கூறுவர்.

ஆலன் பதினேழாவது வயதில் ஆங்கில நாடகக் கவி சிரேஷ்டராகிய ஷேக்ஸ்பியரின் நாடக நூல்களைக் கற்கத் தொடங்கி அவற்றில் பெரும் பாகங்களை மனப்பாடம் செய்துமுடித்தார். அக்காலத்திலும் மற்றைக் காலத்திலும் அவரது லட்சியம் மெய்யுணர்தல் ஒன்றே. அவர் அதற்காகவே பலநூல்களைக் கற்றார். இவ்வுலகத்தில் மனிதர் அநுபவிக்கும் துன்பங்களை நரகமாகுமென்பதும், இன்பங்களை சுவர்க்கமாகுமென்பதும், இவ்வுலகத்திற்கு அந்நியமாக சுவர்க்க நரகங்கள் இல்லையென்பதும் அவரது துணிவு. அவர் ஒழுக்கத்தை ஓர் ஆபரணமாக எக்காலத்தும் கொண்டிருந்தார். அவர் ஜாதியில் ஆங்கிலேயா யிருந்தும்.(புலாலுண்ணல், மதுவுண்ணல், அந்நிய ஸ்திரீகளுடன் உலாவச் செல்லல், முதலிய கெட்ட பழக்கங்களை ஒருபோதும் கைக்கொண்டவரல்லர்.) அவர் வாக்கினின்று வரும் வார்த்தைகளெல்லாம் பொருள் நிறைந்தனவாயும் இன்பம் பயப்பனவாயும் இருக்கும். அவரைக் கண்ட தீயோரும் நல்லோராய்விடுவர். இதற்குப் பல

11

சான்றுகள் உண்டு. அவற்றுள் ஒன்று :— அவர் ஒரு காலத்தில் வேலை பார்த்துவந்த ஓர் இடத்தில் சதாகாலமும் கெட்ட வார்த்தைகளைப் பேசிக்கொண்டிருந்த பல வேலைக்காரர்கள் அவர் அங்குப் போய்ச் சேர்ந்த சில நாட்களுக்குள் அவ்வார்த்தைகளை அடியோடு நிறுத்திவிட்டார்கள்.

அவர் தமது இருபத்துநான்காம் வயதில் “ஆசிய தீபம்” (The Light of Asia) என்னும் நூலை வாசித்தார். அந்நூலிலிருந்து அவருக்கு மெய்யுணர்வு உண்டாயிற்று. அது முதற்கொண்டு அவர் நமது நாட்டு நூல்களை மிகுதியாக வாசிக்கத் தொடங்கினார். நமது நாட்டு நூல்களில் அவருக்கிருந்த விருப்பம் வேறு எந்த நாட்டு நூல்களிலும் இல்லை. அவர் “கீழ்நாட்டாரே மெய்ஞ்ஞானக் கருவூலம்” என்று அடிக்கடி கூறுவதுண்டு. அவர் வாக்கினின்று வந்த ஒவ்வொரு வார்த்தையிலும் நமதுநாட்டு நீதியும் மதக்கோட்பாடும் கலந்திருக்கும். (ஒழுக்கம் ஒன்றே மெய்யுணர்வுக்கும் மற்றைய சகல உயர்ந்த பதவிகளுக்கும் மார்க்கம் என்பது அவருடைய சித்தாந்தம்.) அதுபற்றி அவர் எஞ்ஞான்றும் ஒழுக்கத்தைத் தம் உயிரினும் அதிகமாக ஓம்பி வந்தார்.

அவர் தமது முப்பதாம் வயதில் லில்லி ஆலன் என்னும் ஓர் ஆங்கில மாதை மணம்புரிந்தார். அவ்வம்மையார் அவரது உடம்பு, மனம், ஆன்மா என்ற மூன்றற்கும் ஓர் ஒப்பற்ற துணையாக அவரோடு கூடி வாழ்ந்து வந்தனர். அவரது முப்பத்திரண்டாம் வயதில் அவருக்கு ஒருபெண் பிறந்தாள். அவளுக்கு நோரா ஆலன் என்று பெயரிட்டனர். அவள் பிறந்தநாள் முதற்

கொண்டு அவர் விஷய இச்சையை விட்டுவிட்டனர் அவர் காலை மூன்று மணிக்கு எழுந்திருந்து தியானத்தில் இருப்பர்; குன்றுகளின் மீது தனித்துச்சென்று ஆன்ம தத்துவங்களைச் சிந்திப்பர்; அவரை அடுத்தோர்களுக்கு ஆன்மஞானத்தை உபதேசிப்பர். "மனிதனது புற நிலைமைகளெல்லாம் அவனது அகநிலைமைகளிலிருந்தே வருகின்றன" என்பது, "புற நிலைமைகளைத் திருத்துவதற்கு அகநிலைமைகளைத் திருத்தவேண்டும்" என்பதும் அவருடைய முக்கிய உபதேசங்கள்)

அவர் இயற்றியுள்ள பலநூல்கள், அவருடைய பெயர் இவ்வுலகில் என்றென்றும் நின்று நிலவும்படிக்கும், அவரது அறிவையும் ஆற்றலையும் சொல்வன்மையையும் எல்லாரும் புகழும்படிக்கும். செய்கின்றன. அந்நூல்களில் சிலவற்றை யான் மொழிபெயர்த்துள்ளேன். அவை "மனம் போல வாழ்வு," "அகமே புறம்," "வலிமைக்கு மார்க்கம்," "ஊழை வெல்வதற்கு உபாயம்," "முத்திக்கு மார்க்கம்" என்பன. இவற்றில் இதுவரை அச்சிடப்பெறாத கடைசி இரண்டு நூல்களையும் அச்சிட்டு வெளிப்படுத்தியபின் அவரது மற்றைய நூல்களையும் மொழிபெயர்த்து வெளியிடுவதாக யான் நிச்சயித்துள்ளேன். அவர் "புத்திவிளக்கம்" (The Light of Reason) என்று ஒரு மாதாந்தப் பத்திரிகை நடத்திவந்தார். அதனை இப்போது வேறொரு பெயருடன் அவரது மனைவியார் நடத்திவருகின்றனர்,

அவர் சரீர ஆரோக்கியம் குன்றிய காலத்தும், அவரது கடைசிக் காலத்தும், அவர் தமது தியானத்தையாவது, தெய்வ சிந்தனையையாவது, பரோபகார வேலையையாவது நிறுத்தியது மில்லை; குறைத்தது

13

சுவர்க வாழ்வின் தன்மைகள்

மில்லை. அவரது சரீர ஆரோக்கியத்தைக் கருதி அவரது மனைவியார் முதலியோர் அவரது வேலைகளைக் குறைக்கவேண்டுமென்று அவரிடத்திற் கூறிய பல சமயங்களிலும், "வேலை செய்வதற்காகவே யான் உடலோடு கூடிப் பிறந்தேன்; வேலை செய்வதற்காகவே யான் உடலோடுகூடி வாழ்கின்றேன்; என் வேலைமுடிந்தவுடனே இவ்வுடலை யான் விட்டுவிடுவேன். நீங்கள் என் வேலையைத் தடுக்கவேண்டாம்." என்று கூறியிருக்கின்றனர். அவர் கடைசியாக 1912-ம் வருஷம் ஜனவரி மாதம் 12-ம் தேதி "எனது வேலைகளை யெல்லாம் செய்து முடித்துவிட்டேன். யான் இதுமுதல் எனது தந்தைபாற் செல்வதற்குச் சித்தமாகப் போகின்றேன்." என்று கூறித் தமது வேலைகளைவிட்டு நீங்கித் தமது மனைவியார் முதலியோர் களிப்படையும்படி பல நல்ல காரியங்களைப்பற்றி அவருடன் சம்பாஷித்துக் கொண்டிருந்து, அம்மாதம் 24-ம் தேதி பரமபதம் அடைந்தனர். அவரது சரீரம் மேல்நாட்டு வழக்கப்படிக்கன்றி நமது நாட்டு வழக்கப்படி காஷ்டத்தில் வைத்து எரிக்கப்பட்டது. அவரது ஆவி அறிவு வடிவாக இன்றும் எங்கும் நிறைந்து விளங்குகின்றது.

வ.உ.சி. அகமே புறம், புரோகிரஸிவ் பிரஸ், சென்னை,

இரண்டாம் பதிப்பு, 1916 ,பக். 9-14

https://eegarai.darkbb.com/t174636-topic

Dr.S.Soundarapandian Wed Mar 30, 2022 2:41 pm

நன்றி: ஈகரை வளைத்தளம்

சுவர்க வாழ்வின் தன்மைகள்

1. தெய்வீக இருப்பின் வீற்றிடம்

வலிமையும் மாண்பும் நிம்மதியும் நீங்காமல் என்றும் உடன் இருக்கும் அந்த நிறைவான வாழ்வின் இரகசியம் என்பது ஒருவன் தன் உள் உறையும் தெய்வீக இருப்பின் வீற்றிடத்தை அறிந்து, வாழ்வை அங்கிருந்தே வாழ்வது தான். அதை விடுத்து புற வாழ்வின் எல்லைக்கோட்டில் இருக்கும் இடர்பாடுகள் ஆன—இரைச்சல் இடும் பேராசைகள், தூண்டி விட துடிக்கும் இச்சைகள், வாக்கு வாதங்கள் ஆகியவைகளில் இருந்து வாழும் வாழ்வு, கீழ்நிலை மிருக இயல்பும் புத்தி சாதுரியமும் கொண்ட மனித வாழ்வாகும். இந்த சுயநல கூறுகள் அறுவடை செய்யப்படும் கதிரின் உமி போன்றவை ஆகும். கதிரின் பயனை அடைய நினைக்கின்றவன் கதிரை அடித்து உமியை நீக்குவது போல வாழ்க்கையின் மூலவட்டத்திற்குள் ஊடுருவ நினைக்கின்றவன் - உண்மையான வாழ்வை வாழ நினைக்கின்றவன் இந்தச் சுயநல கூறுகளை தூக்கி எறிய வேண்டும்.

உங்கள் உள் மாறாத தன்மையோடும் இறவாத தன்மையோடும் இருப்பவைகளை பற்றி நீங்கள் தெரிந்து கொள்ளாத வரையில், நீங்கள் எதையும் இன்னும் தெரிந்து கொள்ளவில்லை. நீங்கள் வாழும் வாழ்வானது, காலம் என்ற கண்ணாடியில் பிரதிபலிப்பாகும் பிம்பங்கள் உடன் நீங்கள் ஆடும் வீணான விளையாட்டு தான். வெறி உணர்வுகள் அற்ற அறநெறிகளை, உலகின் ஆரவார ஆர்பாட்டங்களாலோ கிளர்ச்சிகளாலோ பாதிக்கப்பட முடியாத அறநெறிகளை, உங்கள் உள் நீங்கள் காணவில்லை என்றால் நீங்கள் காண்பவை எல்லாம் மாயத்தோற்றங்களே. நீங்கள் பிடிப்பதற்குள் அவை மறைந்து விடும்.

தோற்றங்களை, நிழல்களை, மாயைகளை கண்டு திருப்தியடைந்து விட மாட்டேன் என்று தீர்மானிக்கின்றவன், அந்த உறுதியான தீர்மானத்திலிருந்து பாய்கின்ற ஊடுருவும் ஒளிகீற்றினால் நிலையில்லாத பொய்களை எல்லாம் சிதறடித்து வாழ்வின் மூலவட்டத்திற்குள் நுழைந்து வாழ்வின் உண்மை தன்மையை உணர்வான். வாழ்வை எப்படி வாழ வேண்டும் என்று கற்று அதன் படி வாழ்வான். உணர்ச்சி கொந்தளிப்பு அற்ற ஒன்றுக்கே அடிமையாவான். எக்கருத்தையும் அறுத்த ஒன்றுக்கே அடிபணிவான், தவறுகளை ஊக்குவிக்காத ஒன்றின் ஆதரவையே நாடுவான்.

சுவர்க வாழ்வின் தன்மைகள்

தன் இதயத்தில் உறையும் தெய்வீகத்தின் வீற்றிடத்தை அவன் காணும் போது-, தூய்மையானவனாக, சாந்தமானவனாக, வலிமையானவனாக, மெய்யறிவுமிக்கவனாக ஆகி இருப்பான். அவன் வாழ்வானது சுவர்க வாழ்வின் தன்மைகளை இடைவிடாமல் ஒளிவீசிக் கொண்டிருக்கும்.

தன் உள்உறையும் தெய்வீக தன்மையிடம் புகலிடம் நாடி இருக்கின்றவன், பாவங்களில் இருந்து விடுப்பட்டு இருக்கின்றான். கடல் அலைகளால் சுத்தம் செய்யப்பட்ட, எந்த சுவடும் பதியாத கடற்கரை மணலாக அவனது கடந்த காலம் ஆகி விடுகின்றது. அவன் மீது பழியை சுமத்தி, அவனை குற்ற உணர்வு கொள்ளச் செய்து, அவன் நிம்மதியை கெடுக்க எந்த பாவமும் அங்கே மீண்டு எழாது. மன உறுத்தல் என்னும் நெருப்பு அவனை தீண்ட முடியாது. கடந்த கால தவறு என்னும் வருத்தக்கூடிய எண்ணம் புயலாக வீசி அவன் வாழ்விடத்தை சூறையாட முடியாது. முளைத்து எழும் விதைகள் போன்றவை அவனது வரும் நாட்கள். அவ்விதைகள் வெடித்து வாழ்வின் அழகும் ஆற்றலும் வெளிப்படும். அவன் கொண்ட நம்பிக்கையை எந்த சந்தேகத்தாலும் அசைக்க முடியாது. எந்த எதிர்பாராத நிகழ்வாலும் அவனது உறுதியை அபகரிக்க முடியாது. இக்கணப்பொழுது

சே.அருணாசலம்

அவனுடையது. என்றும் தொடரும் இக்கணப்பொழுதில் மட்டுமே அவன் வாழ்கிறான். அவன் வாழும் அந்த நிகழ்காலம் நீலவானத்தை போன்றது. பலநூற்றாண்டு கால கண்ணீர் தோய்ந்த முகங்களோடு அன்னாந்து நோக்கும் உயிர்களை அது அமைதியாக மவுனமாக உற்று நோக்குகிற அதே வேளையில் களங்கமின்றி ஒளி வெள்ளத்தை ஊற்றுகின்றது.

மனிதர்கள், தங்கள் ஆசைகளை விரும்புகிறார்கள். ஆசைகளை நிறைவேற்றிக் கொள்வது அவர்களுக்கு இனிமை அளிக்கிறது. ஆனால் அவற்றின் முடிவு, வலியும் வெறுமையுமே. புத்தி சாதுர்யமான வாக்குவாதங்களில் ஈடுபடுவதை அவர்கள் விரும்புகிறார்கள், காரணம், அவர்கள் ஆணவ அகத்பாவத்தை ஈடேற்றுவதில் திருப்தி காண்கிறார்கள். ஆனால், அவை ஈனும் கனிகள், அவமானமும் துயரமுமே. நிறைவேறிய ஆசைகளின் முடிவை ஆன்மா அடைந்து, ஆணவ அகம்பாவத்தின் புளிப்பான கனிகளை அறுவடை செய்த பின், அது தெய்வீக மெய்யறிவை பெற்று தெய்வீக வாழ்விற்குள் நுழைய அது தயாராகின்றது. சிலுவையில் அறையப்பட்டதே புத்துயிர் பெற முடியும். ஒருவனது அகம்பாவம் இறக்கும் போதே அவன் இதயத்தில் கடவுள் புக

முடியும். மெய்யறிவின் ஒளி வீசும் வீடுபேறு பெற்ற வாழ்வை வாழ முடியும்.

உங்களுக்கு சோதனைகள் நேர்கின்றனவா? வெளிப்புற சோதனை ஒவ்வொன்றும் உள்இருக்கும் குறைகளின் இன்னொரு வடிவம் தான். இதை அறிந்து கொண்டால் மெய்யறிவில் வளர்ச்சி பெறுவீர்கள். ஒவ்வொரு சோதனையையும் குறைகளை கண்டு அவற்றை களைந்து எறிவதற்காக வந்தவையே என்று எண்ணி மகிழ்ச்சியுடன் அதை வரவேற்று அந்த சோதனையை வெல்லும் முயற்சியில் ஈடுபடுங்கள். சோதனைகள் எட்ட முடியாத சுவர்க வாழ்வை, விரைவில் காண்பீர்கள். பூமியில் பிறப்பு எடுத்தவனே, உன் பாடத்தை நீ எப்போது கற்க போகிறாய்? உன் சோகங்கள், கவலைகள் எல்லாம் உனக்கு எதிராக கூக்குரல் இடுகின்றன. நீ செய்த தவறை சுட்டிக்காட்டவே ஒவ்வொரு வலியும் உன்னை தேடி வருகிறது. நீ வருந்தி சுமப்பவை எல்லாம் எந்த நேரமும் அழியக்கூடிய அற்பமான ஆணவ அகம்பாவத்தின் நிழலே. சுயநல வேட்கைக்கு இரையாகி நரக வாழ்வின் வேதனையை ஏன் அனுபவிக்கின்றாய்? சுவர்கத்தை ஆளும் உரிமையை நீ பெற்று இருக்கும் போது, அதை எவ்வளவு காலம் நிராகரித்துக் கொண்டு இருப்பாய்?

சே.அருணாசலம்

எங்கே 'தான்" என்பது இல்லையோ

அங்கே சுவர்க வாழ்வின் பூந்தோட்டம் இருக்கின்றது.

"காயங்களை ஆற்றும் நீரோடைகள் அங்கே ஊற்றெடுத்து

தாகங்களை எல்லாம் தீர்க்கும்.

என்றும் வாடாத மலர்கள் அங்கே மலர்ந்து

செல்லும் இடம் எல்லாம் உதிர்ந்து மகிழ்ச்சி பாய்யை விரிக்கும்.

அங்கே கடந்து செல்லும் பொழுதுகள் யாவும் இனிமையாகவே இருக்கும்!"

உடலாலும் உணர்வாலும் ஆசி பெற்று இருக்கும் கடவுளின் குழந்தைகள், அந்த ஆசியைப் பெற ஒரு விலையை அளித்து இருக்கிறார்கள். அந்த விலை, தான் என்ற ஆணவ, அகம்பாவ எண்ணங்களைச் சிலுவையில் அறைந்து தன்னை மறுக்கும் நிலை. இரைச்சல்களின் மூலகாரணங்களை விலக்கும்

சுவர்க வாழ்வின் தன்மைகள்

போது நிலையான மகிழ்ச்சி என்னும் பிரபஞ்ச இசையை உணர முடியும்.

வாழ்வு என்பது

வெறும் ஓட்டமல்ல. அது ஓர் இன்னிசை.

ஓய்வு அல்ல, நிம்மதி.

வேலை அல்ல, கடமை.

உழைப்பு மட்டுமே அல்ல, அதன் கூடவே அன்பும்.

கேளிக்கை கொண்டாட்டமல்ல, ஒரு பேரருள் நிலை.

பணம், பதவி, புகழை பெறுவதல்ல; அறிவை பெற்று அடைய வேண்டிய இலக்கை வலிமையோடும் உறுதியோடும் அடைவது.

களங்கமானவர்கள் பரிசுத்தமானதை நோக்கட்டும், அவர்கள் பரிசுத்தமாவார்கள். பலவீனமானவர்கள் வலிமையை நாடட்டும், அவர்கள் வலிமையாவார்கள். அறியாமை இருளில் மூழ்கியவர்கள் அறிவின் ஒளியை நோக்கி

பறக்கட்டும், அவர்கள் மெய்யறிவை பெறுவார்கள். மனிதன் வசமே எல்லாம் இருக்கின்றன. அவன் வேண்டியதை தேர்ந்து எடுத்துக் கொள்ள முடியும். இன்று அறியாமையில் தேர்ந்து எடுக்கிறான். நாளை மெய்யறிவில் தேர்ந்து எடுப்பான். ஒவ்வொருவனும் "தான் மீள்வதற்கான வழியை அவனே தான் முயற்சி செய்து அடைய வேண்டும்". அவன் நம்பினாலும் நம்பவில்லை என்றாலும் அது தான் இருக்கும் ஒரே வழி. காரணம், ஒருவன் தன்னிலிருந்து தப்பித்துக் கொள்ள முடியாது. அவனது ஆன்மாவின் சுமைகளையோ பொறுப்புக்களையோ அவன் இன்னொருவனுக்கு மாற்ற முடியாது. எந்த தத்துவத்தின் பக்கமோ சாய்ந்து அவன் வாழ்வின் மூலத்தை ஏமாற்ற முடியாது. அந்த வாழ்வின் மூலம் சுயநல உள்நோக்க செயல்களை எல்லாம் உடைத்து எறியும். அவனது நற்செயல்களுக்காகவும் நல்எண்ணங்களுக்காகவும் மன்னிக்கும். ஒருவனது ஆன்மா தானே முயன்று பெற்றுக் கொள்ள வேண்டும் என்று விதிக்கப்பட்ட ஒன்றை வேறு எந்த ஓர் சக்தியின் உதவியாலும் அவன் பெற முடியாது. ஒரு மாளிகையை கட்டி எழுப்பி அதில் நிம்மதியாக வாழ வேண்டும் என்று விரும்புபவன் , நிலம் மட்டும் வாங்கி வைத்துக் கொண்டு அதில் மாளிகையை கட்டி தா என்று கடவுளிடம் மன்றாடினால் அத்தகைய மனிதனை நீங்கள் என்ன என்று கூறுவீர்கள்? அவனை முட்டாள் என்று

சுவர்க வாழ்வின் தன்மைகள்

அல்லவா கூறுவீர்கள்? ஆனால், ஒரு நிலத்தை வாங்கிய பின் அதில் கட்டிட வடிவமைப்பாளர்கள், கட்டிடம் கட்டும் தொழிலாளர்கள், தச்சர்களை வேலைக்கு அமர்த்தி மாளிகை எழுப்ப முனைகின்றவனை நீங்கள் புத்திசாலி என்று தானே சொல்வீர்கள்? புற உலக பொருட்களால் ஆன மாளிகையை கட்டுவது போன்றது தான் ஆன்மீக மாளிகையை கட்டுவதும் ஆகும். செங்கல் செங்கல்லாக அடுக்கி கட்டுவதை போல் நல்லெண்ணங்களை அடுத்து ஒரு நல்லெண்ணம், நற்செயலுக்கு மேல் ஒரு நற்செயல் என்று அடுக்கி, பழிசுமத்தாத வாழ்வு என்னும் நிலத்தின் உறுதியான அடித்தளத்தில், குறைகளற்ற வடிவமைப்பில் ஆன்மீக மாளிகை உயர்ந்தோங்கி நிற்க வேண்டும். ஏமாற்று வேடங்களாலோ சலுகைகளாலோ பரிசுகளாலோ ஆன்மீக செல்வங்களைப் பெற்றுக் கொள்ள முடியாது. ஆனால் உளப்பூர்வமாக, கவனமாக ஆற்றலுடன் முயற்சிக்க வேண்டும்.

ஆன்மா வலிமையானது, மெய்யறிவும் அழகும் கொண்டு இருப்பது

தெய்வீக ஆற்றலின் விதைகள் நம்முள் புதைந்து இருக்கின்றன

நாம் விரும்பினால், "நாம் சாதிக்கலாம், புனிதனாகலாம், தெய்மாகலாம்."

சே.அருணாசலம்

மனிதனின் ஆன்மீக இதயமே பிரபஞ்சத்தின் இதயமாகும். அந்த இதயத்தை அவன் காணும் போது எல்லாவற்றையும் சாதிப்பதற்கு வேண்டிய ஆற்றல் அங்கு இருப்பதை அவன் காண்பான். காண்பவைகளை உள்ளவாறே காணும் மெய்யறிவும் அந்த ஆன்மீக இதயத்தில் உறைவதைக் காண்பான். தெய்வீகப் பேரமைதி அங்கே நிலவுவதைக் காண்பான். மனிதனது உள் இருப்பின் ஆழ்நிலையில் நட்சத்திரங்களையும் கட்டளை இடும் இசை எழுகின்றது-அது என்றும் ஒலிக்கும் தெய்வீக இன்னிசை. எவன் பேரருளை தேடுகின்றானோ, அவன் தன்னை கண்டு உணரட்டும். தெய்வீக இன்னிசையின் ஊடே இரைச்சல் ஓசையை ஏற்படுத்தும் ஆசைகளை, ஒத்திசைக்காத எண்ணங்களை, அழகற்ற அவலட்சனமான பழக்கங்களை, செயல்களை அவன் கைவிடட்டும். என்றும் அழிவில்லாத அவனது உள் இருப்பின் மூலக் கூறுகளான அழகையும், அருளையும் இசைந்து செல்லும் மெய்யறிவையும் காண்பான்.

மனிதர்கள் ஒரு பிரிவிலிருந்து இன்னொரு பிரிவிற்கு மாறுகிறார்கள். ஆனால் குழப்பத்திலிருந்து மீளவில்லை. பல நிலங்களில்

பயணம் செய்கிறார்கள், ஆனால் ஏமாற்றமே அவர்களைப் பின்தொடர்கிறது. அழகிய மாளிகைகளைக் கட்டிக் கொள்கிறார்கள், பூந்தோட்டங்களை நட்டுக்கொள்கிறார்கள். ஆனால் சலிப்பையும் வசதியின்மையையும் அறுவடை செய்கிறார்கள். ஒருவன் தனக்குள் உறையும் உண்மையை நாடி பற்றிக் கொள்ளாதவரை அவனால் ஒய்வையும் நிறைவையும் எதிலும் காண முடியாது. உள்ளத்திற்குள் ஒழுக்கமான வாழ்வு என்ற மாளிகையை கட்டிக் கொள்ளும் போது கறைபடுத்தமுடியாத முடிவில்லாத மகிழ்ச்சியை கண்டு அடைவான். அதன் பின்பு, அவன் தன் ஒவ்வொரு புற உலக செயல்களிலும் உரிமையான பொருட்களிலும் அந்த மகிழச்சி புகுவதற்கு வழி செய்வான்.

ஒருவன் நிம்மதியாக இருக்க வேண்டும் என்றால், நிம்மதி உணர்வலைகளில் அவன் திளைத்து இருக்கட்டும். அவன் அன்பை காண வேண்டும் என்றால், அன்பின் உணர்வலைகளில் அவன் திளைத்து இருக்கட்டும். துன்பத்திலிருந்து அவன் தப்பிக்க எண்ணினால், அதை அவன் பிறருக்குத் தர வேண்டாம். மனித குலத்திற்கு நன்மை செய்ய முனைந்தால், தனக்கு தீங்கு இழைத்துக் கொள்ளாமல் பார்த்துக் கொள்ளட்டும். அவன் தன் ஆன்ம சுரங்கத்தை ஆழமாக தோண்டிப் பார்த்தால்

சே.அருணாசலம்

அவன் எதை கட்ட விரும்பினாலும் அதை கட்டுவதற்கு வேண்டிய எல்லா கட்டுமானப் பொருட்களையும் அங்கே காண்பான். அதை பாதுகாப்பாக கட்டுவதற்கு அடித்தளமாக விளங்கும் மையப் பாறையையும் காண்பான்.

ஒருவன் உலகைத் திருத்தி நல்வழிப்படுத்த வேண்டும் என்று எவ்வளவு தான் முயற்சி செய்தாலும், அவன் தன்னைத் திருத்தி நல்வழிப்படுத்திக் கொள்ளாத வரை உலகைத் திருத்த முடியாது. இது இதயத்தில் பதிய வைத்துக் கொள்ள வேண்டிய ஒரு கணித விதியாகும். தூய்மையை போதித்தால் போதாது, இச்சைகளில் இருந்து விடுபட வேண்டும். அன்பின் மகத்துவத்தை எடுத்துரைத்தால் போதாது, வெறுப்பை கைவிட வேண்டும். சுயநல தியாகம் குறித்து பேசினால் போதாது, சுயநலத்தைத் துறக்க வேண்டும். போற்றத்தக்க வாழ்வை வார்த்தைகளால் அலங்கரிக்காமல் வாழ்ந்து காட்ட வேண்டும்.

தன் பாவச்சுமையின் பாரத்தை இனி மேலும் தாங்க முடியாத போது அவன் இதயத்தில் வீற்றிருக்கும் மீட்பனை / கிறிஸ்துவை நாடட்டும். அவனது பாரம் குறைந்து இதயம் லேசாகும். இறவாத தன்மை

சுவர்க வாழ்வின் தன்மைகள்

கொண்டவர்களின் மகிழ்ச்சி துணையை அவன் பெறுவான்.

தான் சேர்த்த நூல்களின் அறிவை அவனால் சுமக்க முடியாத போது, அந்த நூல்களை, அவன் அறிவியலை, அவன் தத்துவ கோட்பாடுகளை தூக்கி எறிந்து தனக்குள் அடி எடுத்து வைக்கட்டும். அவன் வெளிஉலகில் எங்கெங்கோ தேடியும் காண முடியாத தெய்வீகத் தன்மையை அவனுள்ளே காண்பான்.

தனக்குள்ளே கடவுளை கண்டு உணர்ந்தவன், கடவுளை பற்றிய வாக்குவாதங்களில் ஈடுபடமாட்டான். அந்த அமைதியான வலிமையின் துணையோடு, ஆணவ வலிமையின் துணையினால் அல்ல, அவனது வாழ்வு ஒவ்வொரு நாளும் உயர்ந்த நன்மையை, தெய்வத்தன்மையை வெளிப்படுத்தியவாறு இருக்கின்றது. அது தான் என்றும் நிலையான வாழ்வு.

2. என்றும் நிலவும் இக்கணப்பொழுது

இக்கணப்பொழுது என்பதில் தான் காலம் என்பது அடங்கி உள்ளது. அது காலத்தை விடவும் பெரியது. அது என்றும் நிஜமாகவே இருக்க கூடியது. அது கடந்த காலத்தையும் அறியாது, வருங்காலத்தையும் அறியாது. தயார்நிலையில் அளப்பரிய ஆற்றலுடன் எப்போதும் இருக்கும். ஒவ்வொரு நிமிடமும் ஒவ்வொரு நாளும், ஒவ்வொரு ஆண்டும், அது முடிந்த அடுத்த கணமே, நிஜம் என்ற நிலையிலிருந்து கனவு நிலைக்குச் சென்று விடுகிறது. நினைவுகளில் வேண்டுமானால் ஓரமாக மங்கலான சிறிய இடத்தை அது பிடித்து கொள்ளலாம், ஒருவேளை அது முழுதும் மறக்கப்படாமல் இருந்தால்.

கடந்த காலமும் எதிர்காலமும் கனவுகளே. நிகழும் காலமோ அப்பட்டமான நிதர்சன உண்மை. எல்லாமும் நிகழ்காலத்திலயே நடக்கின்றன. எல்லா ஆற்றல்களும் எல்லா சாத்தியகூறுகளும் எல்லா

செயல்களும் நிகழ்காலத்தில் தான் நடை பெற முடியும். நிகழ்காலத்தில் செயல்பட்டு சாதிக்காமல் இருப்பது, செயல்படாமல் சாதிக்காமல் இருப்பற்கு ஒப்பாகும். நீங்கள் செய்ய முடிந்திருக்கக் கூடிய செயல்களைப் பற்றிய எண்ணங்களில் வாழ்வது அல்லது செய்ய நினைக்கும் செயல்களைப் பற்றிய கனவுகளில் வாழ்வது முட்டாளத்தனமாகும். கடந்த காலத் தவறுகளைக் குறித்து வருந்துவதையும் எதிர்க்கால எதிர்பார்ப்புகளை நம்பி வாழ்வதையும் கைவிட்டு நிகழ்காலத்தில் செயல்படுவதே மெய்யறிவாகும்.

ஒரு மனிதன் கடந்த கால, எதிர்க்கால நினைவுகளில் மூழ்கியவாறு இருந்தால், அவன் நிகழ்காலத்தை தவற விட்டு கொண்டு இருக்கிறான், நிகழ்காலத்தில் வாழ மறந்து கொண்டு இருக்கிறான். நிகழ்காலத்தில் தான் எல்லாம் சாத்தியமாகும், நிகழ்காலத்தில் மட்டுமே எல்லாம் சாத்தியமாகும். மெய்யறிவின் வழிகாட்டுதல் இன்மையால், மாயையாக தோன்றுபவைகளை உண்மை என கருதி ஒருவன் "நான் அன்றே அது போல் செய்திருந்தால் இன்று என் நிலை இன்னும் சிறப்பாக இருந்திருக்கும்" அல்லது " எனக்கு என்ன செய்ய வேண்டும் என்று தெரியும், அதை நான் நாளை செய்வேன்" என்கிறான். சுயநலத்தில் திளைத்து இருப்பவர்களால் நிகழ்காலத்தின்

சே.அருணாசலம்

முக்கியத்துவத்தையும் அருமையையும் உணர்ந்து கொள்ள முடியாது. நிகழ்காலம் தான் உண்மையானது, இறந்தகாலமும் எதிர்காலமும் நிகழ்காலத்தின் பிரதிபலிப்புகளாக மட்டுமே இருக்க முடியும் என்பதை உணராமல் இருக்கிறார்கள். இறந்த காலமும் எதிர்காலமும் நிழல் உருவங்களின் பதிவாக மட்டுமே இருக்க முடியும், முடிந்துவிட்டதை எண்ணி வருந்துவதும், சுயநல எதிர்பார்ப்புகளில் மூழ்குவதும் நிழல்களோடு வாழ நினைப்பதற்கு ஒப்பாகும் வாழ்வின் உண்மை தன்மையை இழப்பதாகும்.

"நிகழ்காலம், நிகழ்காலம் மட்டும் தான்

உங்கள் வசம் நிச்சயம் இருப்பதாகும்

வழி காட்ட வந்த தேவதையை, அவள் விடை கொடுத்து ஆசிர்வதிக்கும் வரை

பின் தொடர்வது போல அதை பின் தொடருங்கள்

எவை எல்லாம் உண்மையோ

அவை இக்கணப்பொழுது இருக்கும்.

வாடாமல் என்றும் இருக்கும்.

சுவர்க வாழ்வின் தன்மைகள்

இக்கணப்பொழுதில் உண்மையை சுமந்திருக்கும் கையே

ஆன்மாவை பாதுகாக்கும் கை

நடக்கப்போவதை பற்றியும் நடந்து முடிந்ததையும்

பற்றி

இப்பொழுது ஏன் கவலைப்படுகிறீர்கள்?

கடந்த காலமும் வரப் போகும் காலமும் ஒன்றே

அவை இரண்டும் இக்கணப்பொழுது தான்".

மனிதனிடம் எல்லா ஆற்றலும் இப்பொழுது இருக்கின்றன. ஆனால், இதை அறியாமல் அவன் சொல்வது "நான் இன்னும் ஒரு வருடம் கழித்து சரியாக இருப்பேன், அல்லது இன்னும் இத்தனை ஆண்டுகளில் சரியாக இருப்பேன்". கடவுளின் ஆட்சியின் கீழ் வாழ்பவர்கள், அவர்கள் யார் என்றால் இக்கணப்பொழுதில் வாழ்பவர்கள், அவர்கள் சொல்லும் வார்த்தை, "நான் இப்பொழுது சரியாக இருப்பேன்" என்பதற்கு ஏற்ப இப்பொழுதில் எந்தப் பாவத்திலும் ஈடுபட மாட்டார்கள். மனம் அலைபாயும் இடங்களை எல்லாம் இடைவிடாமல் கண்காணித்துக் கொண்டு

இருப்பார்கள், கடந்த காலம் அல்லது எதிர்காலம் இரண்டையும் எட்டிப்பார்க்காமல், இடது புறமோ வலது புறமோ திரும்பாமல், புனித தன்மையிலும் அருளிலும் என்றும் இருப்பார்கள். இப்பொழுது தான் ஏற்றுக்கொள்ளப்பட்ட நேரம். இப்பொழுது தான் மீள்வதற்கு உதவப் போகும் நாள்.

உங்களிடம் கூறிக் கொள்ளுங்கள் "நான் எனது குறிக்கோளில் இப்பொழுது வாழ்வேன். நான் எனது குறிக்கோளில் இப்பொழுது ஈடுபடுவேன். என்னை அதிலிருந்து விலகச் செய்யும் எதற்கும் நான் செவிசாய்க்க மாட்டேன்.

நான் எனது குறிக்கோளின் கட்டளையை மட்டுமே கேட்ப்பேன்". இவ்வாறு நீங்கள் உறுதி ஏற்றுக் கொண்டு அதை நீங்கள் செயல்படுத்தினால் உங்கள் உயர்ந்த இலக்கை நோக்கிய பாதையிலிருந்து விலகி செல்ல மாட்டீர்கள். உங்களிடம் இருந்து உண்மை எப்போதும் வெளிப்பட்டுக் கொண்டே இருக்கும்.

கனமில்லாத இதயத்தோடு திறந்த வெளிப்பாதையில் நான் அடி எடுத்து வைக்கிறேன்.

சுவர்க வாழ்வின் தன்மைகள்

இனி நல்லகாலம் வர வேண்டும் என்று நான் கேட்கமாட்டேன்: நான் நல்ல காலம் ஆகவே இருக்கிறேன்.

இனி நான் செயல்படாமல் தேங்கி கிடக்க மாட்டேன், காலம் கடத்த மாட்டேன்.

யார் தயவையும் எதிர்பார்க்க மாட்டேன்.

உள்ளத்தில் முணுமுணுப்புகளோடு செய்யப்படுபவைகளை,

பட்டியலிடப்படும் குறைகளை, விமர்சனங்களை

உறுதியாக அமைதியாக

திறந்த வெளிப்பாதையில் சந்திப்பேன்."

உங்களை அடிவருடிகளாக்கி இன்னொன்றைச் சார்ந்து அதன் தயவை நம்பி இருக்க செய்யும் எந்தப் பாதையிலும் பயணம் செய்யாதீர்கள். உங்கள் ஆன்மாவை கடந்தக்காலம், எதிர்காலம் என்னும் இருண்ட நிலங்களுக்குள் அழைக்கும் குறுக்கு பாதைகளில் திரும்பிவிடாதீர்கள். உங்களுடன் என்றும் உறையும் தெய்வீக ஆற்றல் இப்போதே வெளிப்படட்டும். திறந்த வெளிக்குள் வாருங்கள். நீங்கள் எதுவாக போகிறீர்களோ,

எதுவாக வேண்டும் என்று விரும்புகிறீர்களோ அது போல் இப்போதே ஆகலாம். சாதனை தள்ளிப்போவதற்குக் காரணம் முயற்சியை தள்ளிப்வைப்பது தான். தள்ளி வைப்பதற்குச் சக்தியை வைத்திருக்கும் நீங்கள் அதைச் சாதிப்பதற்கும் சக்தியை வைத்து இருக்கிறீர்கள். முயற்சி சாதனையை படைக்கும். முயற்சியின் அளவுக்கு ஏற்றவாறு சாதனையும் உடனுக்கு உடனே உருவாகும். இந்த உண்மையை உணர்ந்துக் கொள்ளுங்கள். எப்படிபட்ட இலட்சிய மனிதராக வாழ வேண்டும் என்று கனவு கண்டீர்களோ அது போல இன்றே வாழ முடியும், ஒவ்வொரு நாளும் வாழ முடியும்.

அறநெறி, நல் ஒழுக்கம் என்பது பாவத்தோடு ஒவ்வொரு நாளும் போர் தொடுப்பதாகும். ஆனால், புனிதத்தன்மை என்பது பாவத்தை அறவே விட்டு விலகுவதாகும். பாவமானதை ஏறெடுத்து பார்க்க ஒருவருமின்றி வழிஓரங்களில் தானாக சாக விடுவதாகும். இதை செய்ய முடியும். ஆனால் இக்கனப்பொழுதில் வாழ்ந்து மட்டுமே இதை செய்ய முடியும். உங்கள் ஆன்மாவிடம் “நாளை நீ களங்கமற்று பரிசுத்தமாக வேண்டும் “என்று கூறாதீர்கள். ஆனால் “இப்பொழுதே நீ களங்கமற்று பரிசுத்தமாக இரு” என்று கூறுங்கள். நாளை என்பது எதற்குமே தாமதமாகும். நாளை என்பதில்

உதவியையும் மீட்சியையும் தேடுகின்றவனை தோல்வி பின் தொடரும். அவன் இன்று விழ நேரும்.

நேற்று விழ நேரிட்டதா? எனவே, பாவம் அந்த நேரம் உள்ளே நுழையக்கூடும். திருத்தி அமைக்க முடியாத கடந்த காலத்தை நினைத்து வருந்துவதால் நீங்கள் மேல் எழப்போவது இல்லை. ஆனால், திருத்தி அமைக்க முடிந்த இப்பொழுதில் வாழ்வதால் நீங்கள் மேல் எழுவீர்கள். பெரும் பாவம் ஏதேனும் செய்து விட்டீர்களா? அதை உணர்ந்த அந்தக் கணமே உடனடியாக ஒரேயடியாக அதை நினைவில் இருந்து அகற்றி விட்டு இப்பொழுதில் பாவங்களை செய்துவிடாமல் உங்களை தற்காத்துக் கொள்ளுங்கள். நீங்கள் கடந்ததை எண்ணி வருந்திக் கொண்டிருக்கும் வேளையில், உங்கள் ஆன்மாவின் வாயிற்க்கதவுகள் இக்கணப்பொழுதில் காவல் காக்கப்படாமல் இருக்கின்றன. திருத்தி அமைக்க முடியாத கடந்தக்காலத்தை நினைத்து வருந்துவதால் நீங்கள் மேலெழ மாட்டீர்கள். ஆனால், திருத்தி அமைக்க முடிந்த நிகழ்காலத்தை நினைப்பதால் நீங்கள் மேலெழுவீர்கள்.

நிகழ்காலத்தில் முயற்சியில் ஈடுப்படுவது என்னும் நேர்வழியை விரும்பாமல், காலம் கடத்துவது என்னும் குறுக்கு வழியை விரும்பும் முட்டாள், “நாளை நான் சீக்கிரம் எழுந்து இருப்பேன், நாளை என் கடனை எல்லாம் அடைத்து விடுவேன், நாளை என் நோக்கங்களை எல்லாம் செயல்படுத்துவேன்” என்கிறான். இக்கணப்பொழுதின் அளவிட முடியாத முக்கியத்துவத்தை உணர்ந்த மெய்யறிவாளன், இன்று சீக்கிரம் எழுகிறான், இன்று கடனை ஏற்படுத்திக் கொள்ளாமல் இருக்கிறான், இன்று தனது நோக்கங்களைச் செயல்படுத்துகிறான். வலிமையும் நிம்மதியும் அவன் கூடவே இருக்க அவன் சாதனைகளை அறுவடை செய்கிறான்.

இப்பொழுது செய்வது முன் நிற்கும். நாளை செய்யப் போவது முன் தோன்றாது. இன்னும் வராத ஒன்றை பற்றி கவலைப்பட்டுக் கொண்டு இருக்காமல் வந்து விட்ட ஒன்றை கவனிப்பது அறிவுடைமையான செயலாகும். வந்துவிட்ட அந்த ஒன்றை ஆன்ம மதிப்புடன் அணுகி, மனம் குவிந்த முயற்சியுடன், எந்த குறையும் புகுவதற்கு இடமளிக்காமல், பின்னால் எந்த வகையிலும் வருந்த தேவையில்லாத அளவுக்கு கவனமாக அதில் ஈடுபட வேண்டும்.

சுவர்க வாழ்வின் தன்மைகள்

மனிதனது ஆன்மீக விழிப்புணர்வு தான் என்ற மாயையினால் ஆன மேகங்களால் சூழப்பட்டு ஆழ்ந்த தெளிவு இல்லாமல் இருப்பதால் அவன் கூறுகிறான் " நான் அந்த குறிப்பிட்ட ஆண்டின் அந்த குறிப்பிட்ட நாளில் பிறந்தேன். எனக்கு விதிக்கப்பட்ட குறிப்பிட்ட நாளில் இறந்து விடுவேன்". ஆனால், அவன் பிறக்கவும் இல்லை. இறக்கப்போவதும் இல்லை. என்றென்றும் நிலையாக இருக்கப்போகும் ஒன்றை, எப்படி பிறப்பு, இறப்பு என்ற நிலைக்கு உட்படுத்தி அடக்கி விட முடியும்? மனிதன் மாயைகளையும் பொய்த் தோற்றங்களையும் தன்னிடமிருந்து தூக்கி எறியட்டும். அப்பொழுது அவன் உணர்வான், இந்த உடலின் பிறப்பும் இறப்பும் பயணத்தில் நிகழும் வெறும் சம்பவங்கள் மட்டுமே, அவை பயணத்தின் ஆரம்பமோ முடிவோ அல்ல என்று.

மனிதன், கடந்தக்கால மகிழச்சியான ஆரம்பங்களைப் பின் நோக்கி பார்க்கிறான். வருங்கால துக்கமான முடிவுகளை முன் நோக்கி பார்க்கிறான். எனவே, அவன் கண்கள் நிகழ் காலத்தைக் காண முடியாமல் இருக்கின்றன. தன் ஆன்மா நிரந்தரமானது என்பதை அவனால் ஏற்க முடியவில்லை. என்றென்றும் ஒலித்துக் கொண்டிருக்கும் தெய்வீக இன்னிசையை அவன் செவிகளால் கேட்க முடியவில்லை. நிகழ்

சே.அருணாசலம்

காலத்திற்கு இறுகிப் போயுள்ள அவனது இதயம் நிம்மதியின் ஓசைகளோடு இணங்கி துடிக்க மறுக்கின்றது.

இப்பிரபஞ்சம் எவை எல்லாம் கொண்டு இருக்கின்றதோ அவை எல்லாவற்றோடும் இப்பொழுது இருக்கின்றது. ஏ, மனிதா, உன் கைகளை நீட்டி மெய்யறிவு கனிகளை பெற்றுக் கொள் பேராசை எண்ணங்கள் கொண்டு போராடுவதை, சுயநலத்திற்காகத் துக்கப்படுவதை, கடந்து சென்றுவிட்ட தவறுக்காக வருந்தும் முட்டாள்தனத்தை எல்லாம் கைவிட்டுவிட்டு, இக்கணப்பொழுதில் நிம்மதியோடு வாழ வா.

இப்பொழுது செயல்படுங்கள், ஆ! எல்லாம் நிறைவேறுகிறது.

இப்பொழுது வாழுங்கள் – உங்களின் தேவைகள் உங்களைச் சுற்றி ஏராளமாக இருக்கின்றன.

இப்பொழுதில் உணர்வுடன் இருந்து உங்களிடம் எந்த குறையும் இல்லை என்று உணருங்கள்.

சுவர்க வாழ்வின் தன்மைகள்

3. அசல் எளிமை

வாழ்க்கை எளிமையானது. வாழ்வு எளிமையானது. பிரபஞ்சம் எளிமையானது. அறியாமையினாலும் சுயமாயையினாலும் தான் குழப்பம் உருவாகிறது. லாஓட்சின் "அசல் எளிமை அல்லது போலித்தன்மையற்ற எளிமை" என்ற சொற்றொடர் பிரபஞ்சத்தை உள்ளவாறே நோக்குவதால் எழுவதாகும், அது எவ்வாறு தோற்றமளிக்கிறது என்று நோக்குவதால் எழுந்தது அல்ல. மனிதன், தானே உருவாக்கியுள்ள மாயைகள் என்னும் வலைபின்னலின் ஊடாக காண்பதால் வாழ்வை ஒரு அவிழ்க்க முடியாத சிக்கலாகவும் ஆராய்ந்து விடை காண முடியாத புதிராகவும் காண்கிறான். அவனே உருவாக்கியுள்ள இந்த ஆழமான குழப்பங்களில் முழ்கி போகிறான். மனிதன் ஆணவ அகம்பாவத்தைக் கைவிடும் போது இந்தப் பிரபஞ்சத்தை குழப்பம் நீங்கிய எளிமையின் பேரழகில் காண்கிறான். மனிதன் "நான்" "எனது" என்கிற மாயையான மயக்கத்திலிருந்து விடுபடட்டும். அதிலிருந்து கூடவே எழுகின்ற எல்லா

வகையான மாய தோற்றங்களில் இருந்தும் விடுப்படுவான். மீண்டும் குழந்தையைப் போல குழப்பமற்ற மனநிலையை பெற்று ''போலியற்ற அசல் எளிமை'' நிலைக்கு மீண்டும் திரும்புவான்.

ஒருவன் தான், தனது என்னும் சுயத்தை அறவே மறந்துவிடும் போது இந்த பிரபஞ்ச நிகழ்வுகளைத் தெளிவாக பிரதிபலிக்கும் கண்ணாடியாக ஆகிவிடுகிறான். அவன் விழிப்புணர்வு பெற்று விட்டான். இனி, அவன் கனவுகளில் வாழ மாட்டான், நிதர்சனங்களில் மட்டுமே வாழ்வான்.

பித்தாகாரஸ் இந்த முழு உலகத்தைப் பத்து எண்களாகக் கண்டார். ஆனால் இன்னும் எளிமைப்படுத்தி முழு உலகும் ''ஒன்று'' என்ற எண்ணில் அடங்கி இருப்பதைக் காண முடியும். காரணம், எல்லா எண்களும், அவற்றின் அளவிட முடியாத கூட்டு வடிவங்களும் ஒன்றுடன் ஒன்று சேர்வதாலேயே ஏற்பட்டுள்ளன.

வாழ்வு துண்டு துண்டான பாகங்களாக வாழப்படாமல் முழுமையான பாகமாக வாழப்படட்டும். அப்பொழுது முழுமையின் எளிமை

சுவர்க வாழ்வின் தன்மைகள்

வெளிப்படும். ஒரு துண்டுக்குள் எப்படி முழுமை அடங்கும்? ஆனால் அந்த முழுமைக்குள் துண்டு அடங்கி விடும் என்பது எவ்வளவு எளிய உண்மை. பாவம் எவ்வாறு புனித தன்மையை உணர முடியும்? ஆனால் புனித தன்மை எவ்வளவு எளிதாக பாவத்தை உணர்கின்றது. எவன் பரந்த ஒன்றாக விரும்புகின்றானோ அவன் குறுகிய ஒன்றை கைவிடட்டும். வட்டம் எந்த வடிவத்திற்குள்ளும் அடங்காது. ஆனால் எல்லா வடிவங்களும் வட்டத்திற்குள் அடங்கும். எந்த வண்ணத்திற்குள்ளும் ஒளிக்கதிர்கள் சிறைப்பட்டு இருக்கவில்லை. ஆனால் எல்லா வண்ணங்களும் ஒளிக்கதிருக்குள் பொதிந்து இருக்கின்றன. ஒரு மனிதன் தன் சுயத்தின் எல்லா வடிவங்களையும் ஒழித்து கட்டட்டும். அப்போது குறைகளற்ற முழுவட்டத்தை அவனால் உணர முடியும். ஒருவன் தன் இருப்பின் அமைதியில் பல்வேறு வண்ணங்களால் ஆன ஆசைகளையும் எண்ணங்களையும் முழ்கடிகட்டும். அவன் மெய்யறிவின் வெந்நிற ஒளியால் சூழப்படுவான். முழுமையான ஓர் இசை பண்ணில் ஓர் ஒற்றை இசை கருவியின் ஓசை மறக்கப்பட்டு இருந்தாலும் அந்த இசை மெட்டில் அது பிரிக்க முடியாத வகையில் கலந்து இருக்கிறது. ஒற்றை நீர்த்துளி கடலுக்குள் தன்னை தொலைத்துக் கொண்டு பெரும் பயன் அளிக்கின்றது. மனிதகுலத்தின் இதயத்தின் மீது பேரிரக்கம் சிந்துங்கள்.

சுவர்கத்தின் தெய்வீக இசை உங்கள் வாயிலாக மீண்டும் வெளிப்படும். எல்லையில்லாத பேரன்பை எல்லோர் மீதும் செலுத்துங்கள். அந்தச் செயலில் உங்களை நீங்கள் மறந்து விடுங்கள். நீங்கள் ஆற்றும் பணி நிலைத்த பயனை அளிக்கும். ஒற்றை நீர்த்துளியாக இருக்கும் நீங்கள், பேரானந்தக் கடலில் ஒன்றறக் கலந்து விடுவீர்கள்.

மனிதன் வெளிபுற எல்லைகளில் அலைந்து திரிந்து, அங்கு நிலவும் குழப்பம் மிகுந்த நிலையை அனுபவித்த பின்பு தான், அவன் தன் உள்மையத்தில் இருக்கும் எளிமையான தெளிந்த நிலையை காண வேண்டும் என்னும் ஆவல் பிறந்து தேடலில் ஈடுபடுகிறான். கணித விதிப்படி தன்னைப் பற்றி உணராமல் உலகை பற்றி உணர்வது சாத்தியமல்ல என்பதை மனிதன் அறியும் போது தான், எளிமையான அந்த தெளிந்த நிலையை அடைவதற்குரிய பாதையில் அடி எடுத்து வைக்கிறான். அவன் உள் இருந்து மலர ஆரம்பிக்கின்றான். அவன் மலர்ந்து விரிய விரிய முழு பிரபஞ்சத்தையும் தன்னுள் ஏற்கிறான்.

கடவுளை பற்றிய ஊகங்களில் ஈடுபடாமல், எல்லாவற்றையும் தழுவும் நன்மை உங்கள் உள் உறைவதைப் பாருங்கள். அப்போது நீங்கள் கடவுள்

சுவர்க வாழ்வின் தன்மைகள்

தன்மையுடன் ஒன்றிவிட்டதை அறிந்து, ஊகங்களினால் ஆன கடவுளை பற்றிய வாக்குவாதங்களில் ஈடுபடுவதன் வெற்றுத் தன்மையை நீங்கள் உணர்வீர்கள்.

எவன் தன் இரகசியமான இச்சைகளை, பேராசைகளை, கோபத்தை, பலவற்றையும் பற்றிய தனது ஆணவமான கருத்துக்களைக் கைவிட மாட்டானோ, அவனால் எதையும் காணவோ தெரிந்து கொள்ளவோ முடியாது. கல்விநிலையங்கள் அவனுக்கு பட்டங்கள் அளித்தாலும் மெய்யறிவு பள்ளியில் அவன் இன்னும் சோம்பித் திரியும் மாணவனாகத் தான் இருக்கிறான்.

ஒருவன் அறிவின் திறவுகோலை அறிய வேண்டும் என்றால் அவன் தன்னை அறிந்து கொள்ளட்டும். நீங்கள், உங்கள் பாவங்களாக இல்லை. அவை உங்களின் ஒரு பகுதியும் அல்ல. அவை எல்லாம் நீங்கள் விருப்பம் கொள்ள ஆரம்பித்த நோய்கள். அந்த பாவங்களை இறுகப்பற்றிக் கொண்டு தொங்குவதை நிறுத்துங்கள். அவை அதன் பின் உங்களைத் தொற்றிக் கொள்ளாது. உங்களை தொற்றி கொள்ள முடியாமல் அவை கீழே விழுகட்டும். உங்களின் உண்மை தோற்றம்

வெளிப்படட்டும். முழுமையாக ஆராய்ந்து காணும் பார்வை, அசைக்க முடியாத உறுதியுடன் கூடிய கோட்பாடுகள், நிலையான வாழ்வும் நிலைத்த பெரு நன்மையும் கொண்டவராக உங்களை நீங்கள் அறிவீர்கள்.

மனத்துக்கண் மாசு நிறைந்தவன், அவ்வாறு இருப்பது தான் தனது இயற்கை நிலை என்று கருதுகிறான். ஆனால் மனத்துக்கண் மாசுஇல்லாதவன், தனது தூய்மை நிலையை அறிந்து கொள்வதோடு, மறைக்கும் திரைகள் ஒவ்வொன்றையும் ஊடுருவி மற்றவர்களையும் தூய்மையானவர்களாகவே காண்கிறான். மனத்தூய்மை மிக எளிமையானது, அதன் எளிமையே அதற்கு போதுமானது, அதற்கும் மேலாக வேறு எந்த வாக்கு வாதத்தின் ஆதரவும் அதற்கு துணை நிற்கத் தேவையில்லை. மனமாசு வரையறை செய்ய முடியாத அளவு குழப்பமானது. அது தன்னை தற்காத்துக்கொள்ள எப்போதும் வாக்குவாதத்தில் ஈடுபட்டுக் கொண்டே இருக்கும். உண்மை எதையும் சார்ந்து இல்லாமல் தானாக வாழும். உண்மை எந்த அளவு எளிமையானது என்றால் வாக்குவாதங்களும் விளம்பரங்களும் இருக்கும் இடங்களில் அதைக் காண முடியாது. எந்த அளவு அமைதி என்றால் அது செயலில் மட்டுமே வெளிப்படும். பழி கூறாத வாழ்வே

உண்மைக்கான சாட்சி. மனிதர்களால் தங்களுக்குள் உண்மையைக் காணும் வரை அதை அவர்களால் வேறு எங்கும் காண முடியாது, அதன் சாட்சியை ஏற்க மாட்டார்கள். உண்மையை ஒருவன் உணர்ந்த பின் மனிதர்கள் முன் அவன் அமைதி ஆகிறான். உண்மை மிக எளிமையானது, எந்த அளவு என்றால் வாக்குவாதங்கள் மற்றும் விளம்பரங்கள் கோலோச்சும் இடங்களில் அதை காண முடியாது. அது மிக அமைதியானது, எந்த அளவு என்றால் அது செயலில் மட்டுமே தன்னை வெளிப்படுத்திக்கொள்ளும்.

இயற்கையான அந்த எளிமை குணத்தை ஒருவன் உணர வேண்டும் என்றால், அவன் இறுக பற்றி இருக்கும் எல்லாவற்றையும் -ஒன்று விடாமல், கைவிட வேண்டும். மிகப் பெரிய வளைவின் வலிமைக்கு காரணம் அது அதன் கீழ் அது வெறுமையாக இருப்பது தான். மெய்யறிவு உடையவன் வலிமையானவனாகவும் வீழ்த்தப்பட முடியாதவனாகவும் இருப்பதற்கு காரணம் அவன் தன்னை எப்போதும் வெறுமைபடுத்திக் கொள்வது தான்.

கனிவு, பொறுமை, அன்பு, பேரிரக்கம், மெய்யறிவு ஆகிய குணங்கள் எளிமையில் மேலோங்கி

இருக்கின்றன. களங்கம் கற்பிக்கின்றவர்களால் அதன் சிறப்பை உணர முடியாமல் போவதற்கு இது தான் காரணம். மெய்யறிவால் மட்டுமே மெய்யறிவை உணர முடியும். எனவே முட்டாள் கூறுகிறான், "மெய்யறிவு பெற்றவர்கள் யாருமே இல்லை" என்று. குறைகளைத் தன்னுள் நிறைத்து வைத்து இருப்பவன் கூறுகிறான், "எந்த மனிதனும் சரியானவனாக இருக்க முடியாது", எனவே அவன் இருக்கும் இடத்திலயே இருக்கிறான். சீறிய நெறிகளை கடைபிடிப்பவனுடன் இவன் வாழ் நாள் முழுவதும் வாழ்ந்தாலும் இவனால் அவனது நேர்மையை உணர முடியாது. கனிவை அவன் கோழைத்தனம் என்பான். பொறுமை, அன்பு, பேரிரக்கத்தை அவன் பலவீனம் என்பான். மெய்யறிவு அவனுக்கு முட்டாள்த்தனமாக தோன்றும். குறையின்றி வேறுபடுத்தும் தன்மை முழுமைக்கே உரியது, பகுதிகளுக்கு உரியவை அல்ல. எனவே தான் மனிதர்களிடம் எடை போட்டு தீர்ப்பை அளிக்கும் உரிமை உங்களுக்கு வழங்கப்படவில்லை என வலியுறுத்தப்படுகிறது. எது சரியான வாழ்வோ அதை அவர்கள் முதலில் வாழ்ந்து தங்கள் வாழ்வில் அதை வெளிப்படுத்தட்டும்.

போலியற்ற எளிமையைக் கடைப்பிடிக்கும் போது, மூடி மறைக்கும் திரைகள் விலகி தெளிவான காட்சி

சுவர்க வாழ்வின் தன்மைகள்

பிறக்கும். எவன் தனக்குள் உறையும் உண்மையைக் கண்டு விட்டானோ அவன் பிரபஞ்ச இருப்பில் உறையும் உண்மையையும் கண்டுவிட்டான். தனக்குள் உள்ள தெய்வீக இதயத்தை உணர்ந்து கொள்ளும் போது எல்லா இதயங்களையும் உணர்ந்து கொண்டவன் ஆகிறான். தனது எண்ணங்களைக் கட்டி ஆளத் தெரிந்தவன், மற்ற மனிதர்களின் எண்ணங்களின் மீதும் உரிமை கொண்டு இருப்பான். எனவே, ஒரு நல்ல மனிதன் தன்னை எப்போதும் தற்காத்துக் கொள்ள மாட்டான். மற்ற மனங்களை தனது விருப்பத்தோடு இணங்குமாறுச் செய்வான்.

கலக்கமாக இருப்பவைகளைக் கடக்கும் போது பிரச்சினைகள் மீண்டு வரும். பிரச்சினைகளை கடக்கும் போது நன்மை மீண்டு வரும். நன்மையை அடையும் போது எல்லா பிரச்சினையும் தீர்ந்து இருக்கும். எனவே, ஒரு நல் மனிதன் மாயைகளை அழித்து ஒழித்தவன் என்று கூறப்படுகிறான். பாவங்கள் இல்லாத போது எந்த பிரச்சினை மனதை வாட்ட முடியும்? அமைதியின்றி ஓய்வின்றி தேடிக் கொண்டு இருப்பவர்களே, உங்கள் இருப்பின் புனித அமைதியில் இளைப்பாருங்கள். நீங்கள் களங்கமற்ற நன்மையைக் காண்பீர்கள். மாயத்திரைகள் எல்லாம் விலகும். பொறுமை, அமைதி, நிறைவின் பேரழகில் அடி எடுத்து

சே.அருணாசலம்

வைப்பீர்கள். பரிசுத்தமான நன்மையும் போலியற்ற எளிமையின் இயல்பும் வெவ்வேறானவை அல்ல, இரண்டும் ஒன்று தான்.

4. என்றும் துணைநிற்கும் மெய்யறிவு

ஒரு மனிதன் தன் உடைமைகள், தன் உடல், அவன் வாழும் சூழ்நிலை, சுற்றுபுறம், மற்றவர்கள் அவன் மீது கொண்ட கருத்துக்கள், அவர்களது அணுகுமுறை, மனப்பான்மை ஆகியவற்றால் பாதிக்கப்படாதவனாக இருக்க வேண்டும். அவன் இவ்வாறு இருக்கும் வரை, அவன் வலிமையானவனாகவோ உறுதியானவனாகவோ இல்லை. அவன் தன்னுடைய ஆசைகளையும் கருத்துக்களையும் கூட விட்டுவிட்டு மேல் எழுந்தவனாக இருக்க வேண்டும். அவ்வாறு இருக்கும் வரை, அவன் மெய்யறிவை பெற்றவனாக இருக்க முடியாது.

தன் உடைமைகளுடன் தன்னை அடையாளப் படுத்திக்கொள்பவன், அவ்வுடைமைகள் அவனை விட்டு நீங்கினால் எல்லாமே நீங்கியதாக உணர்வான்; சூழ்நிலையின் கட்டுப்ப்பாட்டில் ஆட்டிவைக்கப்படும் பொம்மையாக தன்னை

சே.அருணாசலம்

கருதுபவன் ஒவ்வொரு சிறிய சூழ்நிலை மாற்றத்தாலும் கூட வலிமையின்றி அலைகழிக்கப்படுவான். மற்றவர்களின் தயவை எதிர்பார்த்து நம்பியிருப்பவன் வாழ்வு, ஏமாற்றமும் வலியும் நிறைந்ததாக இருக்கும்.

ஒவ்வொரு புறச்சூழ்நிலையின் தயவில் இருந்தும் தன்னை விடுவித்துக் கொண்டு உள்ளத்தின் அறநெறிகளால் பாதுகாப்பு அரணை அமைத்து கொள்வதே என்றும் துணைநிற்கும் மெய்யறிவாகும். இத்தகைய மெய்யறிவை ஒருவன் பெற்றிருக்கும் போது, அவன் செல்வச் செழிப்பில் இருந்தாலும் சரி, வறுமையில் இருந்தாலும் சரி, எந்த பொருளாதார நிலையும் அவனிடம் எந்த மாற்றத்தையும் ஏற்படுத்த முடியாது. ஒன்றினால் அவனது வலிமையை கூட்ட முடியாது, மற்றொன்றினால் அவன் அவனது நிதானத்தை இழக்கும் படி செய்ய முடியாது. உள்ளத்தில் களங்கமற்று இருப்பவன் மீது செல்வவளத்தின் மிகுதி ஆனது எந்த களங்கத்தையும் ஏற்படுத்தி விட முடியாது. தன் ஆன்மாவின் கோவிலை இழிவுபடுத்த மறுகின்றவனை செல்வவளத்தின் குறைபாடு ஆனது இழிவுப்படுத்தி விட முடியாது.

சுவர்க வாழ்வின் தன்மைகள்

புறப்பொருட்களாலோ அல்லது புற நிகழ்வுகளாலோ அடிமைப்படுத்தப்படாமல் அத்தகைய பொருட்களை, நிகழ்வுகளை உங்களது நன்மைக்காகப் பயன்படுத்திக் கொள்வது, அவற்றிலிருந்து நீங்கள் கற்றுக் கொள்ள வேண்டிய பாடங்களைக் கற்றுக் கொள்வது என்பது மெய்யறிவாகும். மெய்யறிவு உடையவர்கள் நடக்கும் யாவையும் நன்மைக்காக நடப்பதாகவே கருதுவார்கள். அவர்கள் தீமையை எதிலும் உற்று நோக்காமல் இருப்பதால் அவர்களின் மெய்யறிவு ஒவ்வொரு நாளும் வளர்கிறது. அவர்கள் எல்லாவற்றையும் பயன்படுத்திக் கொள்கிறார்கள், ஆனால் எதற்கும் அடிமையாகாமல் அவற்றைத் தங்கள் காலடியில் போட்டு விடுகிறார்கள். அவர்கள் செய்த தவறுகளை செய்த உடனேயே உணர்ந்து விடுகிறார்கள், அவர்கள் கற்றுக் கொள்ள வேண்டிய முக்கிய பாடமாக அதை ஏற்றுக்கொள்கிறார்கள். தெய்வீகச் செயல்பாட்டில் எந்த தவறும் இருக்காது என்று அறிந்துக் கொள்கிறார்கள். தெய்வீக கட்டொழுங்கை நோக்கி அவர்கள் விரைவாகச் செல்கிறார்கள். அவர்கள் யாராலும் ஆட்டுவிக்கப்படாமல் இருக்கிறார்கள், ஆனால் எல்லோரிடமும் கற்றுக்கொள்கிறார்கள். அவர்கள் அன்பை யாரிடமும் எதிர்ப்பார்ப்பது இல்லை. ஆனாலும் அன்பை எல்லோருக்கும் வழங்குகிறார்கள். கற்றுக் கொள்ள வேண்டும், ஆனால் அவற்றால் ஆட்டுவிக்கப்படாமல்

இருப்பது; அன்பு கிடைக்காத இடத்திலும் அன்பை கொடுப்பது; இவற்றில் தான் ஒரு மனிதனை என்றும் கைவிடாத ஆற்றல் அடங்கி இருக்கிறது. எவன் ஒருவன் தன் இதயத்தில் “நான் எல்லா மனிதர்களுக்கும் கற்றுக் கொடுப்பேன், எவரிடத்தும் கற்றுக் கொள்ள மாட்டேன்” என்று கூறிக் கொள்கிறானோ, அவன் அத்தகைய மனநிலையில் இருக்கும் வரை அவனால் கற்றுக்கொடுக்கவும் முடியாது, கற்றுக்கொள்ளவும் முடியாது, ஆனால் அவனது முட்டாள்தனத்தில் நிலைத்து இருப்பான்.

எல்லா வகையான வலிமையையும் மெய்யறிவையும் ஆற்றலையும் ஒரு மனிதன் தனக்குள் காண முடியும், ஆனால் அவன் ஆணவத்தோடு இருந்து கொண்டே அதைக் காண முடியாது, அவன் கற்றுக்கொள்ளும் விருப்பத்தோடு இருந்து பணிவிலும் ஒழுக்கத்திலுமே அதைக் காண முடியும். அவன் உயர்ந்தவைகளிடம் பணிவைக் கடைபிடித்து கற்றுக்கொள்ள வேண்டும். தாழ்ந்தவைகளிடம் தன்னை பெருமைபடுத்திக் கொண்டிருக்கக் கூடாது. எவன் ஆணவத்தின் மீது நின்றுக்கொண்டு அவன் மீது சுமத்தப்படும் உண்மையான குற்றச்சாட்டுக்களை மறுக்கின்றானோ, அறிவுரைகளையும் அனுபவ பாடங்களையும் ஏற்காமல் நிராகரிக்கின்றானோ, அவனது வீழ்ச்சி நிச்சயம். ஓ!அவன் ஏற்கெனவே

விழுந்து விட்டான். ஒரு மிகப் பெரும் ஆசான் தன் சீடர்களிடம் “எவன் தனக்கு தானே ஒளி விளக்காக இருந்து கொள்கிறானோ, தன் மீதே நம்பிக்கைக் கொள்கிறானோ, வெளி இருக்கும் ஆதரவுகளை நம்பிக் கொண்டு இராமல், தான் மீள்வதற்கான வழியை உண்மையின் ஒளியிலிருந்து விலகாமல் அந்த உண்மையின் பாதையில் மட்டுமே தேடுகின்றானோ, உதவிகளை-, தன்னை தவிர வேறு எவரிடமும் எதிர்ப்பார்க்காமல் இருக்கின்றானோ, அவனே, எனது , சீடர்களில் மிக உயரிய இடத்தை அடைவான். ஆனால் அவனிடம் கற்றுக் கொள்ளும் முயற்சியும், விருப்பமும் இருக்க வேண்டும்” என்று கூறியிருக்கிறார். மெய்யறிவு உடையவன் கற்றுக் கொள்ளும் பணிவான ஆர்வத்தோடு இருப்பான். கற்றுத் தரும் ஆணவ ஆர்வத்தோடு இருக்க மாட்டான். காரணம், ஒவ்வொரு மனிதனது உள்ளத்திலும் அவனுக்கு வேண்டியதை கற்றுக் கொடுக்க கூடிய உண்மை ஆசான் குடியிருப்பதை, அதை ஒருவாறு எல்லோரும் உணரத் தான் வேண்டும், என்பதை அவன் அறிவான். முட்டாள், வீண் ஆராவாரத்தால் பெரிதும் வழி நடத்தப்படுவதால், கற்றுத் தர பேராவல் கொள்கின்றான். தாழ்மை உணர்வோடு கவனிக்கும் ஆன்மாவிற்கு மெய்யறிவைப் போதிக்கும் புனித ஆசான் உள்ளத்தில் இருப்பதை, அவன் இன்னும் உணராததால், அவன் கற்றுக் கொள்வதில் ஆர்வமின்றி இருக்கின்றான்.

சே.அருணாசலம்

தன்னம்பிக்கையோடு இருங்கள், ஆனால் உங்கள் தன்னம்பிக்கை புனிதமானதாக இருக்கட்டும், சுயநலம் கொண்டதாக இருக்க வேண்டாம்.

முட்டாள்த்தனமும் மெய்யறிவும், பலவீனமும் வலிமையும் ஒருவன் உள் தான் இருக்கின்றன. அவை எந்தப் புறப்பொருளிலும் இல்லை, எந்தப் புறக் காரணங்களில் இருந்தும் மேல் எழுவது இல்லை. ஒருவன் மற்றவன் பொருட்டு வலிமையாக இருக்க முடியாது. தனக்காகத் தான் வலிமையாக இருக்க முடியும். மற்றவர்கள் எதிர்கொண்டு மீண்டு வர வேண்டியவைகளை இவன் அவர்களுக்குப் பதிலாக சந்தித்து அவர்களை மீட்க முடியாது. தான் எதிர் கொள்ள வேண்டியவைகளை மட்டுமே அவன் சந்தித்து அவற்றிலிருந்த மீளும் வாய்ப்பு உண்டு. நீங்கள் மற்றவர்களிடம் கற்றுக்கொள்ள முடியும். ஆனால் உங்களுக்கு வேண்டியவைகளை நீங்கள் தான் முயற்சித்து அடைய வேண்டும். உங்கள் உள் உறையும் உண்மையின் மீது நம்பிக்கை கொண்டு இருங்கள், எந்த புற காரணங்களையும் சார்ந்து இருக்காதீர்கள். உச்ச கட்ட தூண்டுதல் நேரங்களில் ஒருவனை, அவன் சார்ந்துள்ளதாக கூறிக் கொள்ளும் மதம் காப்பாற்றிவிடாது. அந்த தூண்டுதல்களை வெல்லக்கூடிய மெய்யறிவை அவன் உள்ளம் பெற்று இருக்க வேண்டும். வார்த்தை ஜாலங்கள் நிறைந்த கோட்பாடுகளின்

சுவர்க வாழ்வின் தன்மைகள்

உண்மையற்ற நிழலான தன்மையை-, பேரிடர் நேரம் வெளிப்படுத்தி விடும். ஒருவன் உள்ளத்தில் மலரும் மெய்யறிவே-, துக்கத்தை முடிவிற்குக் கொண்டு வரும்.

நன்மையை அடைவதற்கான வழியைச் சுட்டிக்காட்டுவதே எல்லா மதங்களின் குறிக்கோள் என்றாலும், அந்த நன்மை என்பது அந்த மதங்களில் இருந்து அப்பாற்பட்டது. எல்லா கோட்பாடுகள், தத்துவங்களின் குறிக்கோளும் மெய்யறிவை அடைவதே என்றாலும் அந்த மெய்யறிவு தத்துவ கோட்பாடுகளுக்கு அப்பாற்பட்டது. தூய்மையான எண்ணங்கள், நன்மையான செயல்கள் ஆகியவைகளைத் தொடர்ந்து பயிற்சியோடும் முயற்சியோடும் கடைபிடிப்பதன் வாயிலாகவே என்றும் துணை நின்று காப்பாற்றும் அந்த மெய்யறிவைக் காண முடியும். அதற்கு ஒருவனது மனமும் இதயமும் அழகும் அன்பும் உண்மையும் நிறைந்தவைகளிடம் ஒன்றி இசைய வேண்டும்.

ஒருவன் எந்த நிலைமையில் அகப்பட்டுக் கொண்டு இருந்தாலும் சரி, அவன் உண்மையைக் காண்பதற்கு எல்லா வாய்ப்பும் அவனுக்கு இருக்கின்றது. ஆனால் அவன் அதை காண்பதற்கு, அவன் தற்போது தனக்கு ஏற்பட்டுள்ள நிலையைச்

சரிவர பயன்படுத்திக் கொண்டு வலிமையையும் ஞானத்தையும் வளர்த்துக் கொள்ள வேண்டும். வெட்கி தலை குனிதலை ஏற்படுத்தும் அளவுக்கு- பாராட்டு பத்திரங்களுக்காக ஏங்கி நிற்பதையும், தண்டனைகளுக்குப் பயந்து வேலைகளை- பணிகளை செய்வதையும் ஒருவன் தன் வாழ்விலிருந்து அடியோடு தூக்கி எறியட்டும். தான் செய்ய வேண்டியுள்ள கடமைகளில் நேர்மையோடும் முழு விருப்பத்தோடும் தன்னை ஈடுபடுத்திக் கொண்டு தன்னைக் குறித்தும் போற்றத் தகுதியற்ற தனதுலகேளிக்கை சுகபோகங்களை அவன் மறந்து வலிமையானவனாக, தூய்மையானவனாக மன நிறைவுடன் அவன் வாழட்டும். இவ்வாறு வாழும் போது என்றும் துணைநின்று காப்பாற்றக்கூடிய மெய்யறிவை, பொறுமையை, வலிமையை அவன் நிச்சயம் பெறுவான். ஒரு மனிதன் தான் ஆற்ற வேண்டிய கடமையோ, அடைய வேண்டிய குறிக்கோளா இன்றி எந்த ஒரு சூழ்நிலையிலும் இதுவரை இடம் பிடித்தது இல்லை. . . . உங்கள் இலக்கு இங்கே இங்கிருக்கின்றது அல்லது எங்குமே இல்லை. எனவே, இருக்குமிடத்திலிருந்து, தெளிவான மனதோடு நம்பிக்கையான உள்ளத்தோடு உங்கள் உழைப்பை தொடங்குங்கள். நீங்கள் அடைய வேண்டிய இலக்கு உங்கள் உள் தான் இருக்கிறது. அதற்கு நேரும் தடையும் உங்கள் உள் தான் இருக்கின்றது. உங்கள் நிலை இது தான்; - நீங்கள்

சுவர்க வாழ்வின் தன்மைகள்

இருக்கும் நிலையே திருத்தி வடிவமைத்து இலக்கை நோக்க செல்வதற்கான மூலகூறு. எனவே, இருக்கும் நிலை குறித்துக் கவலைப்படாமல் அதை இனி வடிவமைக்க போவது நீங்கள் தான் என உணர்ந்து அதை வீரமாகவும், கவித்துவமாகவும் வடியுங்கள். உங்களுக்கு வழங்கப்பட்டு இருக்கும் ஆட்சிப்பிரதேசத்தை ஆளாமல் அதன் சிறை கதவுகளுக்குள் சென்று பூட்டிக் கொண்டு ஏன் ஆண்டவனிடம் நான் ஆள்வதற்கு எனக்கு ஒரு ஆட்சிப்பிரதேசத்தை உருவாக்கி கொடு என்று ஏன் கேட்கிறீர்கள்? இந்த உண்மையைக் தெரிந்து கொள்ளுங்கள்;- நீங்கள் தேடுவது, உங்களுக்குள் இருக்கிறது, இங்கே, இப்பொழுதே இருக்கிறது, அதை நீங்கள் உணர்ந்து கொள்ள வேண்டும் என்பதே மீதம்.

அழகானவைகள், ஆசிர்வதிக்கப்பட்டவைகள் யாவும் உங்களிடமே இருக்கின்றன, அண்டை அயலாரின் செல்வத்தில் அல்ல. நீங்கள் வறுமையில் இருக்கீறீர்களா? அதன் பொருள், உங்களை வாட்டும் வறுமையை விட நீங்கள் இன்னும் வலிமையானவராகவில்லை. பெரும் துன்பங்களை அனுபவித்துக் கொண்டு இருக்கிறீர்களா? சரி, அதற்காக பதட்டப்பட்டு அதை நீங்கள் தீர்க்க முடியுமா? நீங்கள் ஒரு உடைந்து

போன ஜாடியை, வருத்தப்படுவதால் சரி செய்து விட முடியுமா அல்லது தொலைந்த ஒரு இன்பத்தை எண்ணி புலம்புவதால் அதை மீண்டும் வரவைத்து விட முடியுமா? எந்த தீமையையும் அதை சந்திக்க வேண்டிய விதத்தில் சந்தித்தால் அது நிச்சயம் ஓடி மறைந்து விடும். இறை உள்ளம் கொண்ட ஆன்மா நடந்ததை குறித்தோ, நடப்பதைக் குறித்தோ, நடக்கப் போவதைக் குறித்தோ கவலைக் கொள்ளாது. ஆனால், எது நடந்தாலும், அதில் தெய்வீக நன்மையை கண்டு மெய்யறிவை கடைந்து எடுத்துக் கொள்ளும்.

பயம் என்பது சுயநலத்தின் நிழல். அன்போடு இயைந்த மெய்யறிவு இருக்கும் இடங்களில் பயத்தால் கூடி வாழ முடியாது. சந்தேகம், பதட்டம், கவலை ஆகியவை எல்லாம் சுயநலம் உறைகின்ற பாதாள உலகில் நிலையில்லாமல் மாறிக்கொண்டே இருக்கும் இருள் பிரதேசங்கள். தெய்வீக அமைதி குடிஇருக்கும் தன் ஆன்மாவின் உயர்சிகரங்களை நோக்கி பயணிப்பவனை இவைகளால் துன்புறுத்த முடியாது. தன் இருப்பிற்க்கான காரணத்தை உணர்ந்து கொண்டவன் துக்கத்தை, அது அவனை நெருங்க முடியாதவாறு அடியோடு துடைத்து எறிவான். அவ்வாறு உணர்ந்தவன் வாழ்வின் தலையாய நியதி என்ன என்றும் காண்பான். அன்பு தான் வாழ்வின் அழிக்க முடியாத தலையாய நியதி.

அந்த அன்புடன் அவன் இரண்டு அறக் கலந்து விடுவான். வெறுப்பு, காழ்ப்புணர்வு, அறியாமை எண்ணங்களை மனதிலிருந்து விடுவித்துள்ளதால் அவனது அன்பு எல்லோரையும் தழுவும். அன்பினால் மட்டுமே வழங்கப்பட முடிந்த தகர்த்து எறிய முடியாத பாதுகாப்பை அவன் பெறுவான். அவன் எதையும் உரிமை கோராததால் எந்த நட்டத்தையும் அனுபவிக்க மாட்டான். எந்த இன்பத்தை நோக்கியும் அவன் செல்லாததால் எந்த துக்கமும் அவனைத் தேடி வராது. தன் கடமையைச் செய்வதற்கான கருவிகளாக தனது ஆற்றல்களை எல்லாம் பயன்படுத்துகிறான். பேரருளும் பேரானந்தமும் கொண்டதாக அவன் வாழ்வு உயர்நிலையில் என்றும் இருக்கின்றது.

இதை தெரிந்து கொள்ளுங்கள்: —உங்கள் நிலையை நீங்கள் தான் உருவாக்கிக் கொள்கிறீர்கள். அதை மாற்றவும் உங்களால் தான் முடியும். நீங்கள் நிற்பதற்கும் வீழ்வதற்கும், நீங்கள் உங்களை எப்படி உருவாக்கி கொண்டீர்கள் என்பதே காரணம் . நீங்கள் அடிமையாக இருக்க விரும்பினால் நீங்கள் அடிமை தான். ஒரு தலைவனாக உங்களை நீங்கள் மாற்றிக் கொண்டால் நீங்கள் தலைவன் தான். உங்கள் கீழ்நிலை இச்சைகளயும் புத்திசாதுரியத்தையும் கொண்டு கட்டுமானத்தை தொடங்குங்கள், நீங்கள்

சே.அருணாசலம்

- மண்ணைக் கொண்டு கட்டுகிறீர்கள். அறநெறிகளையும் புனிதத்தன்மையையும் கொண்டு கட்டுமானத்தை தொடங்குங்கள், எந்த கடல் அலையாலும், எந்த சூரைக்காற்றாலும் அதன் உறுதியை அசைக்க முடியாது. என்றும் துணைநிற்கும் மெய்யறிவு உங்களை எல்லா நெருக்கடிகளில் இருந்தும் பாதுகாக்கும். பாதுகாப்பான கரங்கள் உங்களை நிம்மதியிடம் சேர்க்கும்.

ஒவ்வொரு ஆண்டும் நற்செயல்கள் என்னும் அறுவடையில் ஈடுபடுங்கள்

அந்தக் களஞ்சியத்தை மன்னர்களாலும் திருடர்களாலும் எடுத்துச் செல்ல முடியாது நீங்கள் உங்களுடையவை என கூறிக் கொள்ளும்

உடைமைகள், இன்பங்கள், மதிப்பு மரியாதைகள் கீழே விழுகலாம்,

நீங்கள் கட்டிக்காத்த அறநெறிகளின் வலிமை, இவை எல்லாவற்றையும் கடந்து வந்து உங்களைக் காத்து நிற்கும்.

சுவர்க வாழ்வின் தன்மைகள்

5. பணிவும் பொறுமையும் ஆன சாந்த குணத்தின் வலிமை

உயர்ந்தோங்கி நிற்கும் மலை, எதிர்த்து வீசும் புயல் காற்றிற்கு வளைந்து கொடுக்காது. ஆனால், பறவையின் குஞ்சிற்கும், ஆட்டின் குட்டிக்கும் அடைக்கலம் அளிக்கும். மனிதர்கள் அதனை சேதப்படுத்தி அதன் மீது ஏறி மிதித்து நடந்தாலும், உயிராக தன் மடியில் அவர்களைத் தாங்கி நிற்கும். சாந்தமான மனிதனும் அது போன்றவனே. மற்றவர்களால் அவனை அச்சுறுத்தவோ அசைக்கவோ முடியாது, ஆனால் அவனே தனது இரக்கத்தால் சிறிய உயிரையும் காக்கும் கேடயமாக வளைவான். மனிதர்கள், அவனைத் தூற்றினாலும், இவன் அவர்களை ஏற்றி விடுவான். அன்போடு அவர்களுக்கு பாதுகாப்பு அளிப்பான்.

மலை பிரம்மாண்டமாய் அமைதியாய் இருப்பது போலவே தெய்வீக மனிதனும் தன் பணிவின் அமைதியில் இருக்கின்றான். மலையின் உருவத்தைப் போலவே, அவனது அன்பு கனிந்த பேரிரக்கம், பரந்து விரிந்ததாய், நுட்பமாய்

சே.அருணாசலம்

இருக்கிறது. அவனது மெய்யான உடம்பு, மலையின் அடிவாரத்தைப் போலவே பள்ளத்தாக்குகளில் பனியால் மூடப்பட்டு இருக்கின்றது. ஆனால் அவனது மெய்யான இருப்பு மலை சிகரத்தை போலவே மேகங்களை கடந்த உயரத்தில் புனித நீராடியவாறு அமைதியுடன் வாழ்கின்றது.

எவன் சாந்த குணத்தைக் கண்டுவிட்டானோ அவன் தெய்வீகத்தைக் கண்டு விட்டான். அவன் தெய்வீக விழிப்பு நிலையை உணர்ந்து கொண்டுவிட்டான், தன்னுள் உறையும் தெய்வீக குணங்களை அறிந்து தன்னைத் தெய்வீகமானவனாகவே அறிகிறான். மற்றவர்களும் தெய்வீகத் தன்மை நிறைந்தவர்களே என்பதையும் அறிகிறான், அவர்கள் உறக்க நிலையிலும் கனவு நிலையிலும் இருப்பதால், அவர்களே அதை அறிந்து கொண்டு இருக்கவில்லை என்றாலும் இவன் அறிந்திருக்கிறான். சாந்தம் என்பது ஒரு தெய்வீக குணம். எனவே அது அதற்கே உரிய கணிக்க முடியாத ஆற்றல் கொண்டது. சாந்தமானவன் யாரையும் தடுக்காமல் இருப்பதால் மீள்கிறான். தன்னைத் தோற்கடிக்க அனுமதிப்பதால் அவன் வெற்றி மிக பெரிதாக இருக்கின்றது.

சுவர்க்க வாழ்வின் தன்மைகள்

படைகளின் துணையோடு இன்னொருவனை வெற்றிக் கொள்பவன் வலிமையானவன். சாந்தத்தாலும் பணிவாலும் தன்னைத் தானே வெற்றிக் கொள்பவன் அவனை விட வலிமையானவன். படைகளின் துணையோடு வெல்பவன், அவனுக்கு எதிரான படைகளால் வெல்லவும் படுவான். சாந்தத்தாலும் பணிவாலும் தன்னைத் தானே வென்றவனை மற்றவர்கள் கவிழ்க்க முடியாது. அதற்குக் காரணம், மனிதத்தன்மை தெய்வத்தன்மையை வெல்ல முடியாது. பணிவும் சாந்தமும் கொண்ட மனிதனின் தோல்வியும், வெற்றியே. சாக்ராட்டிஸ் கொல்லப்பட்டாலும் இன்னும் வாழ்கிறார். சிலுவையில் அறையப்பட்ட இயேசு, கிறிஸ்துவாக உயிர்த்து எழுகிறார். கல்லடியை பெற்றுக்கொள்ளும் ஸ்டிஃபன், கல்லடிகளின் ஆற்றலை மட்டுபடுத்தி விடுகிறார். எது உண்மையோ அதை அழிக்க முடியாது, ஆனால் பொய்யை அழிக்க முடியும். ஒருவன் தனக்குள் உண்மையாக இருக்கும் அந்த ஒன்றை அறியும் போது, தனக்குள் நிலையாக, உறுதியாக, மாற்றத்துக்கு உள்ளாகாத, என்றென்றும் நிலவும் அந்த ஒன்றை அறியும் போது அவன் பேருண்மைக்குள் நுழைகிறான். சாந்தமும் பணிவும் கொண்டவனாகிறான். இருளின் அனைத்து ஆற்றல்களும் அவனுக்கு எதிராக திரும்பும்.

ஆனால், அவற்றால் அவனை காயப்படுத்த முடியாமல், இறுதியால் விலகி ஓடும்..

பணிவும் பொறுமையும் கொண்ட சாந்தமான மனிதன் சோதனை காலத்தில் அறியப்படுவான். மற்ற மனிதர்கள் நிலைத்தடுமாற இவன் உறுதியாக நிற்கிறான். மற்றவர்களின் முட்டாள்த்தனமான கோப உணர்வுகளோலோ வெறி உணர்வுகளாலோ அவனது பொறுமையை அழிக்க முடியாது. அவர்கள், அவனை எதிர்த்து வரும்போது அவன் தப்பி பிழைக்க ஓடுவதுமில்லை, ஓலமிடுவதுமில்லை. தனக்குள் இருந்த தீமையை வென்று விட்டதால் மற்ற எல்லா தீமைகளின் வலிமையற்ற ஆற்றலை அவன் அறிவான். தெய்வீக நன்மையின் என்றும் மாறாத வலிமையோடும் ஆற்றலோடும் வாழ்கிறான்.

யாவற்றின் இதயத்துடிப்பாக இருக்கும் நிலையான பேரன்பின் அடிப்படை குணங்களுள் ஒன்று சாந்தமான பணிவு. எனவே, அது அழிக்கப்பட முடியாத குணமுமாகும். அத்தகைய சாந்தமான பணிவைக் கொண்டு இருப்பவன் ஆக உயர்ந்த ஒன்றை உணர்ந்துள்ளதால் தாழ்ந்தவைகள் அவன் காலடியிலயே இருக்கின்றன. அச்சம் என்பது அவன் வாழ்வில் இருக்காது.

சுவர்க வாழ்வின் தன்மைகள்

சாந்தமான மனிதன் இருட்டில் ஒளிர்கிறான், பார்வைக்கு புலப்படாமல் அவன் வாழ்வு சிறக்கிறது. சாந்த குணம், தன்னைப் பறைசாற்றிக் கொள்ளாது, விளம்பரபடுத்திக் கொள்ளாது, புகழ் வெளிச்சத்தை நம்பி இராது. பணிவும் பொறுமையும் கொண்ட அந்த சாந்தம் என்பது, கடைபிடிக்கப்படும் ஒரு அணுகுமுறை, செயல். அதை காணவும் முடியும், பார்வையிலிருந்து அது தப்பிக்கவும் முடியும். அது ஆன்மீக குணமாதலால், ஆன்மீக கண்களாலயே அதை உணர முடியும். ஆன்மீக விழிப்பு உணர்வு நிலையை இன்னும் பெறாதவர்கள் சாந்தத்தை காண்பதும் இல்லை, அதை விரும்புவதும் இல்லை. உலகின் மேற்பரப்பு காட்சிகளாளும் தோற்றங்களாளும் அவர்களது கண்கள் மறைக்கப்படுகின்றன. அவற்றைக் கடந்து அவர்களது பார்வை செல்லாது. வரலாறும் பணிவான மனிதனை குறிப்பில் எடுத்துக் கொள்ளாது. போராட்டங்களுக்கும் தன்னை முன்னிறுத்திக் கொள்பவர்களுக்குமே வரலாறு இடம் அளிக்கும். ஆனால் அமைதியும் கனிவுமே இவனது மகத்துவம். வரலாறு ஆனது புவியுலகின் செயல்களையே குறிப்பெடுக்கும். சுவர்க உலகம் விரும்பும் செயல்களைக் குறிப்பெடுக்காது. அவன் பார்வைக்கு தப்பி வாழ்ந்தாலும் அவனை யாரும் மறைக்க முடியாது.(ஒளியை எப்படி மறைக்க முடியும்). அவன் இவ்வுலகிலிருந்து தன்னை

சே.அருணாசலம்

விடுவித்து கொண்ட பின்னும் அவன் ஒளியை உலகிற்கு தொடர்ந்து ஊட்டிக் கொண்டே இருக்கிறான். அவனைப் பற்றி தெரியாத உலகம் அவனை மதிக்கின்றது.

சாந்த குணம் கொண்ட மனிதன், தான் புறக்கணிக்கப்பட்டாலோ, அவமானப்படுத்தப்பட்டோலோ அல்லது தவறாக புரிந்து கொள்ளப்பட்டாலோ, அதை ஒரு பொருட்டாக அவன் கருதுவதில்லை. அதை ஒரு பொருட்டாகவே கருதாதால் அதை அவன் எதிர்ப்பதுமில்லை. அவை எல்லாம் வெறும் நிழல் உருவத்திற்கு இணையான எளிதில் உடையக்கூடிய ஆயுதங்கள் என்று அவனுக்குத் தெரியும். எனவே, அவன் தனக்கு தீங்கு இழைப்பவர்களுக்கும் நன்மை செய்கிறான். அவன் யாரையும் எதிர்க்காததால் எல்லோரையும் ஆள்கிறான்.

மற்றவர்கள் தனக்கு தீங்கு இழைக்க முனைகிறார்கள் என்ற கற்பனையில் முழ்கியிருப்பவன், அவர்களுக்கு எதிராக தன்னைத் தற்காத்துக் கொள்வதை நியாயப்படுத்துபவன், எதிர்ப்புநிலையற்ற சாந்த குணம் என்றால் என்ன என்பதை அவன் இன்னும் விளங்கி கொள்ளவில்லை, வாழ்வின் சாரம்சத்தை புரிந்துக்

சுவர்க வாழ்வின் தன்மைகள்

கொள்ளும் நிலையில் அவன் இல்லை. "அவன் என்னை அவமதித்தான், அவன் என்னை தாக்கினான், அவன் என்னை தோற்கடித்தான், அவன் என்னிடமிருந்து திருடிக்கொண்டான்" போன்ற கற்பனை எண்ணங்களில் முழ்கி இருப்பவர்களிடம் வெறுப்புணர்வு என்றும் தீராது. வெறுப்பு, பதிலுக்கு வெறுப்பதால் என்றும் தீர்ந்தது இல்லை. அது அன்பால் தான் முடிவுக்கு வரும். நீங்கள் என்ன சொல்கிறீர்கள்? வேறு ஒருவன் அல்லது அண்டை அயலான் உங்களை பற்றி தவறாக பேசுகிறான் என்றா., சரி, அவ்வாறே இருக்கட்டும். அதனால் என்ன இப்பொழுது. ஒரு பொய் உங்களைக் காயப்படுத்த முடியுமா? ஒரு பொய் என்றால் அதன் முடிவை அதுவே தேடி கொள்ளட்டும் என்று விட்டுவிடுங்கள். பொய்க்கு உயிரும் இல்லை. அதற்கு எவரையும் தாக்கி காயப்படுத்துவதற்கு வேண்டிய ஆற்றலும் இல்லை, ஒரு பொய்யினால் தாக்கப்பட்டுக் காயப்படக்கூடியவன் யார் என்றால், அதற்கு இல்லாத ஓர் உயிராற்றலை அதற்கு வழங்குபவனை மட்டுமே அது தாக்கி காயப்படுத்த முடியும். உங்களைப் பற்றி இல்லாத ஒன்றை ஒருவன் பேசுவதால் உங்களுக்கு எந்த பாதிப்பும் நேர்ந்து விடாது. ஆனால் நீங்கள் அதைத் தடுக்க நினைத்தால், அவன் கூறும் ஒன்றிலிருந்து உங்களை நியாயபடுத்திக் கொள்ள நினைத்தால், நீங்கள் அவ்வாறு செய்வதே, அந்த பொய்

சே.அருணாசலம்

குற்றசாட்டுக்கு உயிரையும் ஆற்றலையும் அளித்துவிடும். அதனால் தான் நீங்கள் தாக்கப்படுகிறீர்கள், வேதனைக்கு உள்ளாகிறீர்கள். உங்கள் உள்ளத்தில் இருக்கும் எல்லா தீமைகளையும் அகற்றுங்கள். அதன் பின், மற்றவர்களிடத்தில் இருக்கும் தீமைகளை எதிர்ப்பதில் உள்ள முட்டாள்த்தனத்தை நீங்கள் உணர்வீர்கள். உங்களை அவர்கள் ஏறி மிதிக்கிறார்களா? நீங்கள் இவ்வாறு நினைப்பதே அவர்கள் உங்களை ஏறி மிதித்தாகிவிட்டது என்றாகிவிடும். மற்றவர்கள் உங்களுக்கு ஏற்படுத்திய காயம் என்று நீங்கள் நினைப்பது உண்மையில் உங்களுக்கு நீங்களே ஏற்படுத்திக் கொண்ட காயம் தான். இன்னொருவனது தவறான எண்ணத்திற்கோ, சொல்லிற்கோ, செயலிற்கோ உங்களை காயப்படுத்துவதற்கான ஆற்றல் இல்லை. ஆனால் நீங்கள் அதைத் தீவிரமாக எதிர்த்தால், அந்த எதிர்ப்பே உங்களை காயப்படுத்தக் கூடிய அளவிற்கான ஆற்றலை அதற்கு வழங்கி விடும். ஒருவன் என்னை பற்றி புறம் பேசினால் அந்த செயலிற்காகக் கவலை பட வேண்டியவன் அவன் தான், நான் அல்ல. நான் எனது ஆன்மாவிற்கு பொறுப்பு ஏற்க வேண்டும். அடுத்தவனது ஆன்மாவிற்கு அல்ல. முழுஉலகும் என்னை பற்றி பழித்து கூறினாலும், அதை பற்றி கவலைபட வேண்டியது என்னுடைய வேலை அல்ல. ஆனால் எனது ஆன்மாவை பரிசுத்தமாக

சுவர்க வாழ்வின் தன்மைகள்

அன்பொழுக வைத்துக்கொள்ள வேண்டும். அதுவே எனது கடமை. மனிதர்கள் தங்களை நியாயப்படுத்திக்கொள்வதை நிறுத்திக் கொள்ளும் வரை உலகில் போராட்டத்திற்கு முடிவு இல்லை. உலகில் போர்கள் வேண்டாம் என்று நினைக்கின்றவன் எந்த தரப்பையும் தற்காக்க முற்படவேண்டாம் — தன்னையும் தற்காத்துக் கொள்ள வேண்டாம். போராடுவதால் அமைதி வருவது இல்லை, போராடுவதை நிறுத்தும் போது தான் அமைதி வருகிறது. சீசரின் பெருமைக்கு காரணம் அவனைத் தடுக்க நினைத்த அவனது எதிரிகளே. அவனை எதிர்த்து அவர்கள் விழ்ந்து விட்டார்கள். சீசர் கேட்டதை வழங்கிப்பாருங்கள்- சீசரின் பெருமையும் ஆற்றலும் போய்விடும். இவ்வாறு, சாந்தமும் பணிவும் நிறைந்த மனிதன் வலிமையான மனிதனை கீழ்படிதலால் வெல்கிறான். ஆனால், இந்த கீழ்படிதல் வெளிஉலக பார்வைக்கு தெரியும் கீழ்படிதல் அல்ல, அதற்குப் பெயர் அடிமைத்தனம். உள்ளத்தில் நிகழும் ஆன்மீக கிழ்படிதல். இது எல்லா விதமான அடிமைதனங்களில் இருந்தும் விடுவிக்கும்.

சாந்த குணமும் நிறைந்த மனிதன், எந்த உரிமையும் கோருவது இல்லை. தன்னை தற்காத்துக் கொள்ள வேண்டும், தன்னை நியாயபடுத்திக் கொள்ள

வேண்டும் என்று அவன் குழம்புவது இல்லை. அவன் அன்போடு வாழ்கிறான். எனவே, இந்த முழு பிரபஞ்சத்தின் நிலையான நீதியாக இருக்கும் பேரன்பின் பாதுகாப்பு வளையத்திற்குள் உடனடியாக வந்துவிடுகிறான். அவன் தனக்கு என்று உரிமைகளைக் கோராததால், உடைமைகளைத் தேடாததால், எல்லாமே தாமாக அவனிடம் வந்து சேர்கின்றன. முழு பிரபஞ்சமுமே ஒரு கேடயமாக இருந்து அவனைப் பாதுகாக்கின்றது.

"நான் பணிவையும் சாந்தத்தையும் முயற்சி செய்து பார்த்தேன். ஆனால் அது என்னை தோல்வி அடைய செய்துவிட்டது" என்று ஒருவன் கூறினால் அவன் அதைக் கடைபிடிக்கவில்லை என்று பொருள். ஒரு ஆய்வுபரிசோதனையைப் போல அதை பரிசோதித்துப் பார்க்க முடியாது. சுயநலத்தை முன்நிபந்தனையின்றி முழுமையாக துறப்பதன் வாயிலாக அது தானாக வரக்கூடிய ஒரு நிலை. பணிவான சாந்தம் என்பது எதிர்ப்புகளைச் செயல் வடிவில் வெளிப்படுத்தாமல் மறைத்து வைப்பது அல்ல, எதிர்ப்பான எண்ணங்களை , சுயநல எண்ணங்களை, கண்டன எண்ணங்களை, பதில்தாக்குதல் எண்ணங்கள் ஆகியவைகள் உட்புக இடம் கொடுக்காமல் இருப்பது தான் பணிவான சாந்தத்தின் சாரம். எனவே, சாந்த குணம்

சுவர்க வாழ்வின் தன்மைகள்

நிறைந்தவன், தாக்குதல்களை தொடுப்பது இல்லை அல்லது அவன் உணர்வுகள் காயம் பட அனுமதி அளிப்பது இல்லை. காரணம், அவன் முட்டாள்தனம், காழ்ப்புணர்வு, அகம்பாவ உணர்வு ஆகியவைகளைக் கடந்து வாழ்கிறான். சாந்த குணத்திற்குத் தோல்வி கிடையாது.

பேரருளும் பெருமகிழ்ச்சியும் நிறைந்த சுவர்க வாழ்வை தேடுபவர்களே! நீங்கள் சாந்தமும் பணிவுமான குணத்தைத் தேடுங்கள்; உங்கள் பொறுமையை, துன்பங்களைத் தாங்கி கொள்ளும் வலிமையை, நாள்தோறும் வளர்த்துக் கொள்ளுங்கள். கடுமையான வார்த்தைகளை உங்கள் நா உதிர்க்காமல் பார்த்துக் கொள்ளுங்கள். சுயநல வாக்குவாதங்களில் ஈடுபடும் உங்கள் மனதை திரும்ப பெறுங்கள். நீங்கள் செய்த தவறுகளை எண்ணி கலங்கி கொண்டே இருப்பது, பறவை தன் முட்டையை அடைகாப்பது போலாகும். எனவே, நடந்துவிட்ட தவறை எண்ணி கலங்காதீர்கள். இவ்வாறு நீங்கள் வாழும் வாழ்வானது, நீங்கள் நடவு செய்துள்ள வாழ்வு என்னும் பயிரை பாதுகாத்து வளர்ப்பதாகும். அதில் இருந்து சாந்தம் என்னும் மென்மையும் தூய்மையும் நிறைந்த பூ உங்கள் இதயத்தில் பூக்கும்.

அது இறுதியில் தன் தெய்வீக இனிமையை, களங்கமற்ற குறை காணமுடியா பேரழகை வெளிப்படுத்த நீங்கள் கனிவானவராக, மகிழ்ச்சியானவராக, வலிமையானவராக இருப்பீர்கள். சுயநலக்காரர்களும் எரிச்சல் மூட்டுபவர்களும் உங்களை சூழ்ந்து இருப்பதாக முணுமுணுப்பு கொள்ளாதீர்கள். நீங்களே அறியாத உங்களுடைய குறைகள் அப்பொழுது பெருமளவில் வெளிப்படும். அதை அடையாளம் கண்டு தெளியுங்கள். குறைகளைக் களைவதற்கும் சுயகட்டுப்பாட்டை எட்டுவதற்கும், மனப்போராட்டத்தில் தொடர்ந்து ஈடுபட்டே ஆக வேண்டிய கட்டாய சூழல் உங்களுக்கு அமைந்திருப்பதனால், வருத்தப்படுவதற்கு பதிலாக, உங்களது இந்த சூழ்நிலயை வாய்ப்பாக நினைத்து மகிழ்ச்சி கொள்ளுங்கள். உங்களைச் சுற்றி கடுமைத்தனமும் சுயநலமும் அதிகமிருந்தால் உங்களது பணிவான சாந்த குணமும் அன்பும் அதிகம் தேவைப்படும். மற்றவர்கள் உங்களுக்கு தீங்கு இழைத்தால், நீங்கள் அவர்களுக்கு தீங்கு இழைத்து விடாமல் இன்னும் அன்பாக வாழ வேண்டும். மற்றவர்கள், அன்பையும் பணிவையும் சாந்தத்தையும் போதனை மட்டும் செய்து கடைபிடிக்காமல் இருந்தால் அதற்காக அவர்கள் மேல் கோபம் கொள்ளாதீர்கள். ஆனால் இவற்றை நீங்கள் உங்கள் இதயத்தின் அமைதியில் கடைபிடியுங்கள். மற்றவர்கள், உங்களுடன் ஆன

தொடர்புகளினால், அவர்கள் தாமாக கற்றுக் கொள்வார்கள். பெருமகூட்டத்தின் முன் நீங்கள் எந்த அறைகூவலும் விடுக்கவில்லை என்றாலும் முழு உலகிற்கும் நீங்கள் கற்றுத் தருவீர்கள். நீங்கள் பணிவும் சாந்தமுமாக மாற மாற பிரபஞ்சத்தின் அழமான இரகசியங்களை எல்லாம் நீங்கள் கற்றுக் கொள்வீர்கள். தன்னை வென்றவனுக்கு எதுவும் மூடிமறைக்கப்படாது. காரணங்களின் காரணங்களை ஒவ்வென்றாக நீங்கள் ஊடுருவுவீர்கள். மாயையான திரைகள் ஒவ்வொன்றையும் விலக்குவீர்கள். இறுதியில் உங்கள் இருப்பின் இதய ஆழத்தை தொடுவீர்கள். நீங்கள் வாழ்வோடு ஒன்றுப்படுவீர்கள். உங்கள் வாழ்வை- அது நீடிக்கும் வரை, காரணங்களை ஊடுருவி காண்பீர்கள், நிகழ்வுகளை அறிவீர்கள். அதன் பின் நீங்கள் உங்களை பற்றியோ, மற்றவர்களை பற்றியோ உலகை பற்றியோ பதட்டமோ அச்சமோ கொள்ள மாட்டீர்கள். எல்லாவற்றையும் உள்ள வாறே காண்பீர்கள். அவை யாவும் இயற்கை நியதியின் செயல்பாடுகளே என்று ஏற்பீர்கள். கனிவின் குடைநிழலில் இளைப்பாறியபடி, மற்றவர்கள் தூற்றும் இடத்தும், நீங்கள் வாழ்த்துவீர்கள். மற்றவர்கள் காழ்ப்புணர்வு கொள்ளும் இடத்தும் நீங்கள் அன்பைப் பொழிவீர்கள். மற்றவர்கள் கண்டிக்க, நீங்கள் மன்னிப்பீர்கள். மற்றவர்கள் வேண்டும் என்று போராட நீங்கள் எடுத்துக் கொள்

என்று தருவீர்கள். மற்றவர்கள் இறுகபற்ற நீங்கள் கையைவிரித்து செல்வீர்கள். மற்றவர்கள் ஆதாயத்தை தேட நீங்கள் இழப்பை விரும்புவீர்கள். அவர்கள் தங்கள் இறுக பற்றி கொள்வதால் பலவீனமாக இருப்பார்கள். நீங்கள் விட்டுத்தருவதால் வலிமையாக இருப்பீர்கள். உங்களது வெற்றி நிலைப்பெறும். எவனிடம் மாறாத கனிவு இல்லையோ அவனிடம் உண்மை இல்லை.

"சுவர்கம் ஒருவனை காக்க விரும்பினால், அவன் கனிவானவன் ஆகும்படி செய்யும்."

சுவர்க வாழ்வின் தன்மைகள்

6. நேர்மையான மனிதன்

நேர்மையான மனிதன் வெல்லப்படமுடியாதவன். எந்த எதிரியோ பகைவனோ அவனை வீழ்த்தவோ அல்லது கலக்கமடைய செய்யவோ முடியாது. அவனது நேர்மையையும் புனிதத்தையும் தவிர அவனுக்கு வேறு எந்த பாதுகாப்பும் தேவையில்லை.

எப்படி தீமையினால் நன்மையை ஒருபோதும் வெல்ல முடியாதோ அதுபோல நேர்மையற்ற மனிதனாலும் நேர்மையான மனிதனை ஒருபோதும் கீழ்நிலைக்குத் தள்ள முடியாது. பழிசொற்கள், பொறாமை, வெறுப்பு, வன்மம் ஆகியவைகள் அவனைச் சென்று அடைய முடியாது, அவனுக்குத் துன்பத்தை ஏற்படுத்தவும் முடியாது. அவனுக்குப் பாதிப்பு ஏற்படுத்த வேண்டும் என்று முனைபவர்கள் தங்கள் மீதே அவமானத்தைச் சாற்றிக் கொள்வதில் தான் வெற்றி பெறுகிறார்கள்.

சே.அருணாசலம்

நேர்மையான மனிதனிடம் மறைப்பதற்கு எதுவும் இல்லை. திருட்டுதனமாக பதுங்கி பதுங்கி செய்யவேண்டிய எந்த செயலிலும் அவன் ஈடுபடுவதில்லை. மற்றவர்கள் அறிந்து கொண்டு விடக் கூடாது என்னும் படியான எந்த எண்ணங்களோ ஆசைகளோ அவனிடம் இல்லாததால் அவன் அச்சமின்றி தலைகுனிவின்றி இருக்கிறான். அவன் நிமிர்ந்து நிற்கிறான். அவன் எடுத்து வைக்கும் ஒவ்வொரு அடியும் உறுதியாக இருக்கறது. அவன் பேச்சு சுற்றிவளைக்காமல் குழப்பமின்றி இருக்கின்றது. அவன் நேருக்கு நேராக எவர் முகத்தையும் பார்க்கிறான். யாருக்கும் தீங்கு விளைவிக்காத அவன் யாருக்கு பயப்படவேண்டும்? யாரையும் அவன் ஏமாற்றாததால், யார் முன்பு அவன் வெட்கித் தலைகுனிய வேண்டும்? தன் தவறுகளை எல்லாம் அவன் நீக்கிவிட்டதால் அவனுக்கு தவறிழைக்கப்படாது. சூது வாது கள்ளம் கபடம் மோசடி வஞ்சிக்கும் செயல்களிலிருந்து அவன் விடுபட்டுள்ளதால் அவன் வஞ்சிக்கப்பட முடியாது.

நேர்மையான மனிதன் தன் ஒவ்வொரு கடமையையும் மிகுந்த கவனத்தோடு நிறைவேற்றுகிறான். பாவம், அவனை எட்ட

முடியாத மேல்தளத்தில் வாழ்வதால், தாக்குதலுக்கு உள்ளாகக்கூடிய பலவீனமான நிலையில் எந்த கட்டத்திலும் அவன் இல்லை. அறநெறிகளுக்கு எதிரானவைகளைத் தன் உள்ளத்தில் மாய்த்தவனை எந்த புற எதிரியாலும் சாய்க்க முடியாது. நேர்மையே தகுந்த போதுமான பாதுகாப்பாக இருப்பதால், அந்த புற எதிரிகளுக்கு எதிராக அவன் எந்த பாதுகாப்பையும் நாட வேண்டிய தேவை இல்லை.

நேர்மையற்ற மனிதன் தாக்குதலுக்கு உள்ளாகக் கூடிய பலவீனமான நிலையிலயே கிட்டத்தட்ட எல்லா கட்டத்திலுமே இருக்கிறான். நடுநிலையற்ற பாராபட்சமான எண்ணங்கள், கீழ்நிலை உந்துதல்கள், மனதில் பதிய வைத்துக் கொண்டுள்ள தவறான தீய அபிப்ராயங்கள் போன்ற தீவிர உணர்வுகளின் அடிமையாக இருப்பதால் அவன் தொடர்ந்து துன்புறுகிறான். ஆனால், மற்றவர்களே தனது துன்பத்துக்குக் காரணம் என்று (கற்பனை செய்கிறான்) நினைக்கிறான். அவன் மீது சுமத்தப்படும் பழிகள், தொடுக்கப்படும் தாக்குதல்கள், மற்றவர்கள் அவன் மேல் வைக்கும் குற்றச்சாட்டுக்கள் அவனுக்கு பெருத்த துன்பத்தைத் தருகின்றன. அவற்றின் அடிப்படைகள் அவனுள் உண்மையாகவே இருப்பது தான் அதற்குக் காரணம். நேர்மையின்

பாதுகாப்பு அவனுக்கு இல்லாததால், தன்னை நியாயப்படுத்திக் கொள்ளவும் பாதுகாத்துக் கொள்ளவும் பதில் தாக்குதல்களிலும், உண்மையை போன்று தோற்றமளிக்கக் கூடிய பொய் வாக்குவாதங்கள், சூழ்ச்சிகள், தந்திரங்கள், வஞ்சகங்கள், மோசடிகளில் ஈடுபடுகிறான்.

ஓர் அளவு நேர்மையான மனிதன், எந்த எந்த இடங்களில் எல்லாம் அவன் நேர்மையை கடைபிடிக்கவில்லையோ அங்கு எல்லாம் தாக்குதலுக்கு உள்ளாக கூடிய பலவீனமான நிலையில் இருக்கிறான். ஒரு வேளை, நேர்மையான மனிதன் தன் நேர்மையிலிருந்து தவறி, ஏதோ ஒரு பாவத்துக்கு இடமளித்தால், வெல்லப்படமுடியாமல் இருந்த நிலை அவனை விட்டு பறிபோய்விடுகிறது. அவன் இப்பொழுது இருக்கும் நிலையில், தாக்குதல்களும் சுமத்தப்படும் குற்றச்சாட்டுகளும் அவதூறுகளும் அவனை சென்று அடைந்து அவனுக்குத் தீங்கிழைக்க முடியும். அதற்குக் காரணம், அவன் நேர்மையிலிருந்து தவறி தனக்கு அவனே முதலாவதாகத் தீங்கு இழைத்துக் கொண்டது தான்.

மற்றவர்களின் காரணமாக ஒரு மனிதன் துன்பத்திற்க்கோ வேதனைனக்கோ உள்ளாகும்

சுவர்க வாழ்வின் தன்மைகள்

போது,-தன் மீது ஈவு இரக்கமின்றி, தன்னைத் தற்காத்துக் கொள்ளும் எண்ணங்களை எல்லாம் தள்ளி வைத்து விட்டு தனக்குள் அவன் உற்று நோக்கட்டும். அந்த துன்பங்கள் பிறப்பு எடுப்பதற்கு காரணமான மூலஊற்று தன் இதயத்தில் ஒளிந்திருப்பதைக் காண்பான்.

தன் உள்ளத்திலிருந்து தீமைகள் பிறக்கும் ஊற்றுக்கண்களை எல்லாம் துண்டித்துள்ள நேர்மையான மனிதனுக்கு எந்த தீங்கும் நேர முடியாது.

தன் எண்ணம், சொல், செயல்களிலிருந்து பாவத்தை நீக்கி எல்லாவற்றையும் தழுவும் நன்மையோடு வாழ்கிறான். அவனுக்கு எது நடந்தாலும் அது அவனுக்கு நன்மையே. எந்த மனிதனாலோ, நிகழ்ச்சியாலோ, சூழ்நிலையாலோ அவனுக்கு துன்பத்தைத் தர முடியாது. பாவங்களுடன் ஆன உறவை முறித்துக்கொண்டவனுக்காக எத்தகைய கொடிய சூழ்நிலைகளும் தகர்த்து எறியப்படும்.

துன்பப்படுபவர்களும், வேதனைப்படுபவர்களும், மனம் சோர்ந்தவர்களும், உள்ளம்

சே.அருணாசலம்

உடைந்தவர்களும் துக்கமோ துயரமோ அற்ற நிம்மதியின் நிரந்தர ஊற்றில் அடைகலம் தேடட்டும். நேர்மையான வாழ்வு என்னும் புகலிடத்திற்கு அவர்கள் பறந்து செல்லட்டும். பாவங்கள் அற்ற நிலையை இப்பொழுதே அவர்கள் வந்து அடையட்டும். துக்கம், நேர்மையானவனை கைபற்ற முடியாது. தன் ஆன்மீக இருப்பை சுயநல நோக்கங்களுக்காக செலவிடாதவனை துன்பம் நெருங்க முடியாது. எல்லோரிடத்தும் இதயத்தில் நிம்மதியை கொண்டிருப்பவனிடம் இருந்து வாட்டமும் சோர்வும் அகன்றுவிடும்.

சுவர்க வாழ்வின் தன்மைகள்

7. சீரிய அன்பு

சுவர்க வாழ்வில் வாசல் புரிகின்ற ஒளி பொருந்திய குழந்தைகள், இந்த பிரபஞ்சத்தையும் அதில் இருக்கும் எல்லாவற்றையும் ஒரே ஒரு விதியின் வெளிப்பாடாகவே கருதுகிறார்கள். அந்த விதி என்பது அன்பின் விதி. அவர்கள், அனைத்தையும், உயிருள்ளவை, உயிரற்ற பொருட்கள் என யாவற்றையும் சீர்செய்து, அரவனைத்து, பாதுகாத்து, நெறிபடுத்தும் ஆற்றலாக அன்பைப் பார்க்கிறார்கள். அவர்களைப் பொறுத்தவரை அன்பு என்பது வாழ்வின் ஏதோ ஒரு விதி அல்ல, வாழ்வின் அடிப்படை விதியே அன்பு தான். அன்பு தான் வாழ்வே. இதை அறிந்துள்ளதால் அவர்கள் தங்கள் சுய ஆளுமை என எதையும் பொருட்படுத்தாமல் முழுவாழ்வையும் அன்பின் கட்டளைப்படியே நடத்துக்கிறார்கள். ஆக உயர்ந்த ஒன்றான தெய்வீக பேரன்பை அவர்கள் வாழ்வில் கடைபிடிப்பதால் அவர்கள் அன்பின் ஆற்றல்கள் பாய்ந்தோடும் ஒரு வழித்தடமாக இருக்கிறார்கள். விதியால் அலைகழிக்கப்பட முடியாதவர்களாக,

அதை கட்டுப்படுத்தி ஆளும் முழுசுதந்திரத்தோடு இருக்கிறார்கள்.

இந்த பிரபஞ்சம் பாதுகாக்கப்பட்டுக் கொண்டிருப்பதன் காரணம், அதன் இதயமாக அன்பு இருப்பதால் தான். அதை பாதுகாக்கும் ஒரே ஆற்றல் அன்பு மட்டுமே. மனிதனது இதயத்தில் காழ்ப்புணர்வு குடிக்கொண்டிருக்கும் போது அவன் இயற்கை நியதிகளை மிக கொடுமை வாய்ந்ததாகக் கருதுகிறான். ஆனால் அவனது இதயம் அன்பாலும் இரக்கத்தாலும் கனிந்து இருக்கும் போது, இயற்கை நியதி அளவிட முடியாத பேரன்பாக இருப்பதை அவன் உணர்கிறான். மனிதனை அவனது சொந்த அறியாமையில் இருந்தே காக்க கூடிய அளவிற்கு இயற்கை நியதி பேரன்புடன் செயல்படுகிறது. மனிதன் தனது சுய ஆளுமை என்னும் ஒன்றிற்கு அளவு கடந்த முக்கியத்துவத்தை வழங்கிக் கொண்டு இயற்கை நியதிகள் வளைய வேண்டும் என்று அற்ப முயற்சிகளை மேற்கொள்கிறான். அதன் காரணமாக பல வகையான துன்பங்கள் அவனைத் தொடர்கின்றன. துன்ப வேதனையை இனியும் ஏற்க முடியாது என்னும் நிலையில் அவன் மெய்யறிவை நாடுகிறான். மெய்யறிவைத் தேடி அன்பைக் காண்கிறான். அன்பே தன் வாழ்வின் விதி, பிரபஞ்சத்தின் விதி என்று உணர்கிறான்.

சுவர்க வாழ்வின் தன்மைகள்

அன்பு யாரையும் தண்டிப்பதில்லை. மனிதன் தனது வெறுப்புணர்வாலும், காழ்ப்புணர்வாலும் தனக்குத் தானே தண்டனையை வழங்கிக் கொள்கிறான். பிறர் உதவியில்லாமல் தீமை தனியே உயிர் வாழ முடியாது. வாழ்வின் ஆதாரமான அன்பை யாராலும் வெல்லவோ அழிக்கவோ முடியாது. தீமையைக் காப்பாற்ற முனைவதாலும் அன்பை அழிக்க முனைவதாலுமே மனிதன் துன்புறுகிறான். மனிதன் நெருப்பில் தன்னைச் சுட்டுக் கொண்டால், அவன் நெருப்பை குற்றம் சொல்கிறானா? எனவே, மனிதனும் துன்புறும்போது, அதற்குக் காரணமான இயற்கை நியதிக்கு கீழ்படியாமையோ அல்லது ஏதேனும் அறியாமையோ தனக்குள் இருப்பதைத் தேடிபார்க்கட்டும்.

அன்பு என்பது எல்லாம் இசைந்து ஒலிக்கும் இன்னிசை, தூய்மையான பேருவகை, எனவே அதில் துன்பத்தின் எந்த சுவடையும் காண முடியாது. அன்பின் வழியது உயிர்நிலை. அன்பின் வழிக்காட்டுதல் இல்லாத எல்லா எண்ணங்களிலிருந்தும் செயல்களிலிருந்தும் ஒருவன் விலகி இருக்கட்டும். அப்போது எத்தகைய துன்பமும் அவனை வாட்ட முடியாது. ஒருவன் அன்பை அறிந்து கொள்ள வேண்டும் என்றால், அதன் மாறாத பேருவகையை அனுபவித்து உணர வேண்டும் என்றால், அவன் இதயத்தில் அன்பை

கடைபிடிக்க வேண்டும். அவன் அனபாகவே மாற வேண்டும்.

எவன் எப்பொழுதும் அன்பின் உள் உணர்வால் செயல்படுகிறானோ அவன் ஒரு போதும் நிற்கதியில் விடப்படுவதில்லை. மன சஞ்சலத்திற்கோ அல்லது குழப்பத்திற்கோ ஆளாவதில்லை. காரணம் அன்பு(சுயநலம் கலவாத அன்பு) என்பது அறிவு, ஆற்றல் என இரண்டையும் உள்ளடக்கியது ஆகும். எவன் அன்பைச் செலுத்தும் வழியை அறிந்துள்ளானோ அவன் எல்லா வகையான க(ஷ்)ட்டங்களையும் வெல்வதற்கு உரிய வழியை அறிந்துள்ளான். ஒவ்வொரு தோல்வியையும் வெற்றியாக உருமாற்றிக் கொள்ளக் கூடிய வழியை அறிந்துள்ளான். ஒவ்வொரு சூழ்நிலையையும் நிகழ்வையும் அவன் பேரருள், பேரழகு என்னும் ஆடைகளால் அணி செய்கிறான்.

சுயகட்டுப்பாடு தான் அன்பிற்கான வழி. அந்த வழியே ஒருவன் பயணிக்கும் போது அவன் தன்னுள் அறிவை வளர்த்துக் கொள்கிறான். அன்பை அடையும் போது, தன் மனதையும் உடலையையும் கட்டுப்படுத்தி ஆளும் திறனைப் பெறுகிறான். அவன் ஈட்டியுள்ள தெய்வீக

சுவர்க வாழ்வின் தன்மைகள்

ஆற்றலின் காரணமாக இத்திறனைப் பெற்றிருக்கிறான்.

"முழுமையான பேரன்பு அச்சத்தை வெளியேற்றுகிறது". அன்பை அறிந்து கொள்வது என்பது இந்த முழு பிரபஞ்சத்திலும் தீங்கான ஆற்றல்கள் இல்லை என்று அறிந்து கொள்வது ஆகும். உலக வாழ்வில் மூழ்கியுள்ளவர்களும் நம்பிக்கையில்லாதவர்களும் பாவத்தை மிக வலிமை வாய்ந்ததாக, அதற்கு அடிபணிந்தே ஆக வேண்டும் என்று கருதுகிறார்கள். ஆனால் அந்தப் பாவம், அன்பின் பேராற்றலுக்கு முன்-, பலவீனமான, அழியக் கூடிய, சுருங்கி மறையக்கூடிய ஒன்றாகும். முழுமையான பேரன்பு என்பது எந்த வகையிலும் துன்புறுத்தாமல் இருப்பதாகும். எவன் தன்னுள் பிறவற்றை துன்புறுத்தும் எண்ணங்களை, ஆசைகளை அழித்து நீக்கியுள்ளானோ அவன் பிரபஞ்சத்தின் பாதுகாப்பை பெறுகிறான். அவன் அச்சத்திலிருந்து விடுபட்டு இருக்கிறான்.

சீரிய அன்பு என்பது அவநம்பிக்கை கலவாத பொறுமையாகும். கோபமும் எரிச்சலும் அதன் உடன் உறையவும் முடியாது, பக்கம் நெருங்கவும் முடியாது. ஒவ்வொரு கசப்பான வேளைகளிலும்

கூட அது தன் புனித நறுமணத்தால் இனிமையை கூட்டும். ஒவ்வொரு சோதனையையும் தெய்வீக வலிமையாக மாற்றும். குறைகளைப் பட்டியலிடுவது அதற்கு அந்நியமானது. அன்பாக வாழ்பவனிடம் முணுமுணுப்போ புலம்பலோ இருக்காது. அவன் எல்லாவற்றையுதம் எல்லா சூழ்நிலைகளையும் தெய்வீக விருந்தினர்களாக வரவேற்கிறான். அவன் தொடர்ந்து அருளாசி வழங்கப்பட்டவனாக வாழ்கிறான். துக்கம் அவனை அதன் பக்கமாக இழுக்க முடியாது.

சீரிய அன்பு என்பது சந்தேம் துளியுமற்ற முழு ஒத்துழைப்பும் நம்பிக்கையுமாகும். எவன் அபகரித்துக் கொள்ளும் ஆசையைத் தன்னுள்ளிருந்து ஒழித்துள்ளானோ, அவன் இழப்பை பற்றிய அச்சத்தால் கவலை கொள்ள மாட்டான். இலாபம், நட்டம் இரண்டுக்கும் அவனுள் இடமில்லை. எல்லோரிடமும் அன்பான அணுகுமுறையை கடைபிடித்து மேற்கொள்கிறான். அன்பின் செயல்பாடாகவே அவன் கடமைகளில் ஈடுபடுகிறான். அன்பு அரணாக அவனை பாதுகாக்கின்றது. அவனுக்கு வேண்டியவைகளைத் தாராளமாக அவனுக்கு வழங்குகின்றது.

சுவர்க வாழ்வின் தன்மைகள்

சீரிய அன்பு என்பது முழுமையான ஆற்றலாகும். மெய்யறிவுடனான அன்பு கொண்ட இதயம்-, அதிகாரம் செலுத்தாமல் கட்டளைகள் இடும். எவன் உயரந்தவற்றுக்கு பணிந்து நடக்கின்றானோ அவனுக்கு எல்லா பொருட்களும் எல்லா மனிதர்களும் பணிந்து நடப்பார்கள். அவன் நினைக்கின்றான், ஓ! அதற்குள் அதை நிறைவேற்றிவிட்டான். அவன் பேசப் போகும் போது ஒரு உலகமே அவன் உதிர்க்கப்போகும் சிறிய வார்த்தைக்கும் காத்திருக்கின்றது! அவன் எண்ணங்கள், அழிக்க முடியாத கைப்பற்றி ஆளமுடியாத பேராற்றலுடன் ஒன்றி கலந்து விட்டன. அவனிடம் பலவீனமும் குழப்பமும் இனி இல்லை. அவனது ஒவ்வொரு எண்ணமும் ஒரு குறிக்கோள். அவன் ஒவ்வொரு செயல்பாடும் ஒரு சாதனை. தனது அற்பமான சொந்த ஆசைகளை இயற்கை நியதியோடு முரண்பட அனுமதிக்காமல் அதோடு இணைந்து பயணிக்கிறான். எனவே, தெய்வீக ஆற்றல் அவனை கருவியாக பயன்படுத்திக் கொண்டு நன்மை அளிக்கும் விதத்தில் தங்கு தடையின்றி அவன் வாயிலாக செயல்படுகிறது. அவன் ஆற்றலாகவே மாறிவிட்டான்.

சீரிய அன்பே முழுமையான மெய்யறிவாகும். எல்லோரிடமும் அன்பு செலுத்தக்கூடியவனே

சே.அருணாசலம்

எல்லோரையும் அறிந்திருக்கிறான். தனது உள்ளத்தின் பாடங்களை முழுமையாக கற்று கொண்டவன், மற்றவர்களது உள்ளத்தில் ஏற்படும் சோதனைகளையும் அவர்களது கடமைகளையும் அறிவான். அவர்களிடம் மிக கனிவான அணுகுமுறையை மேற்கொள்கிறான். வீண் பகட்டை அறவே ஒதுக்குகிறான். அன்பு அறிவிற்கு வெளிச்சத்தை வழங்குகின்றது. அன்பில்லாத அறிவு மிக உறைந்ததாகவும் உயிரற்றதாகவும் காணப்படும். அறிவு தோற்க்குமிடம் அன்பு வெற்றி பெறும். அறிவின் கண்-, காண முடியாததை, அன்பின் கண்-, காணும். அறிவினால் எங்கே பாய முடியாது என்று அன்பிற்குத் தெரியும். பகுத்தறிவு, அன்பில் தான் முழுமை பெறுகிறது. அன்பில் முழுமையாக கலந்துவிடுகிறது. இந்த பிரபஞ்சத்தின் பேருண்மை அன்பே. எனவே எல்லா உண்மையும் அன்பில் உள்ளடங்கி இருக்கின்றன. எல்லையில்லாத கனிவு இப்பிரபஞ்சத்தை தழுவி சீராட்டுகின்றது. எனவே தான் மெய்யறிவானவன் கனிவாகனாவனாகவும், கள்ளம்கபடமற்றவனாகும் குழந்தை உள்ளத்தோடு இரக்க குணம் கொண்டவனாகவும் காணப்படுகிறான். அவன் எல்லா உயிர்களுக்கும் தேவைப்படுவது அன்பு என்று அறிகிறான். அதை சிக்கனம் பிடிக்காமல் வழங்குகிறான். எல்லா சூழ்நிலைகளுக்கும் அன்பின் அணுகுமுறையும் அரவணைக்கும்

ஆற்றலுமே தேவை என்று உணர்கிறான். எனவே அவன் அன்பில்லாமல் செயல்படுவது இல்லை.

அன்பின் கண்களுக்கு எல்லாமே புலப்படும், எல்லையற்ற குழப்பமான விளைவுகளாக அல்ல. ஆனால் நிலையான இயற்கை விதிகளின் வெளிச்சத்தில், அந்த இயற்கை விதிகளிலிருந்து எழும் காரணங்களோடும் விளைவுகளோடும் காணப்படும், பின்பு அவை முடிவில் அங்கேயே சென்றுவிடும் என்பதையும் அன்பின் கணகள் காண முடியும். ”அன்பே இறைவன்”- அன்பை விட முழுமையானது எதுவுமில்லை. எவன் தூய அறிவைக் காண விழைகிறோனோ அவன் தூய அன்பைக் காணட்டும்.

சீரிய அன்பு என்பது முழுநிறைவான நிம்மதி ஆகும். அன்பின் துணையோடு புனித பயணத்தை மேற்கொண்டவன் பாதாள உலகின் துக்கத்தை கடந்து விட்டான். அமைதியான மனதோடும் இளைப்பாறும் இதயத்தோடும், துக்கத்தின் நிழலையும் அவன் துடைத்து விட்டான். நிலையான வாழ்வை அறிந்து கொண்டுள்ளான்.

சே.அருணாசலம்

நீங்கள் அறிவில் சிறக்க வேண்டும் என்றால்-, அன்பில் சிறக்க வேண்டும். நீங்கள் மிக உயர்ந்ததை எட்ட வேண்டும் என்றால்-, அன்பும் பேரிரக்கமும் சுரக்கும் இதயம் கொண்டு, அதை எப்போதும் பண்படுத்தியவாறே இருங்கள்.

சுவர்க வாழ்வின் தன்மைகள்

8. முழுமையான சுதந்திரம்

சுவர்க வாழ்வில் எந்த அடிமை விலங்கும் பிணைக்கப்பட்டிருக்காது. பரிபூரணமான சுதந்திரத்தோடு அந்த வாழ்வு முழுமையான விடுதலை பெற்று இருக்கும். இது தான் அதன் பெரும் சிறப்பு. இந்த பெரும் சுதந்திரம் ஒழுக்கத்தினால் பெறப்பட்டுள்ளது. எவன் ஆக உயர்ந்த ஒன்றிற்குக் கட்டுப்பட்டுச் செயல்படுகிறானோ, அவனால்-, தனக்கு உள் இருக்கும் எல்லா ஆற்றல்களையும் தனக்கு வெளியே இருக்கும் எல்லா சூழ்நிலைகளையும் கட்டுப்படுத்தி ஆள முடியும். ஒரு மனிதன் கீழானதை தேர்ந்து எடுத்து மேலானதை புறம்தள்ள முடியும், ஆனால் அந்த கீழானது ஒரு போதும் மேலானதை கடந்து வர முடியாது; இதில் தான் சுதந்திரத்தின் வெளிப்பாடு அடங்கி உள்ளது. எனவே மனிதன் மேலானதை தேர்ந்தெடுத்து கீழானதை கைவிடட்டும், அவன் மீள்வதற்கு உரியவனாக அவன் தன்னை நிலைநாட்டி கொள்வான், அவன் முழு சுதந்திரம் என்றால் என்ன என்று உணர்வான்.

சே.அருணாசலம்

ஆசைகளின் தூண்டுதலுக்கு இணங்கி அதன் கையில் கடிவாளத்தை கொடுப்பது தான் ஒரே அடிமைத் தனம். ஆசைகளைக் கட்டுப்படுத்தி ஒருவன் தன்னை வெல்வது தான் ஒரே சுதந்திரம். தான் என்ற ஆணவ அகம்பாவம் கொண்ட சுயத்துக்கு அடிமையாக இருப்பவன் தனது அடிமைசங்கிலிகளை விரும்புகிறான், அதில் ஒன்று கூட உடைய அவன் விட மாட்டான், காரணம் அவை உடைந்து விட்டால் அவன் அனுபவித்துக் கொண்டிருக்கும் இன்பங்களை இனி அனுபவிக்க முடியாமல் போய்விடுமோ என அஞ்சுகிறான். அவன் இச்சைகளையும் ஆணவ ஆரவாரத்தையும் பற்றிக் கொள்கிறான். அவற்றின் பிடியில் இருந்து அவன் விடுப்பெறுவது ஒரு விருப்பத்துக்கு மாறான ஒரு வெறுமையான சூழ்நிலையை ஏற்படுத்தும் என நினைக்கிறான். எனவே, அவன் தன்னைத் தானே தோற்கடித்து அடிமைவயப்படுகிறான்.

தன்னை குறித்த மெய்யறிவால் தான் முழு சுதந்திரம் வருகின்றது. ஒருவன் தன்னைக் குறித்து அறியாமையில் இருக்கும் போது, தனது ஆசைகள், உணர்வுகள், எண்ணங்கள் மற்றும் இன்னும் சில ஆகியவைகளே தனது வாழ்வையும் விதியையும் உருவாக்கும் மூலகாரணம் என்ற தெளிவு இல்லாமல் இருக்கும் போது, தன்னைக் கட்டுப்படுத்தி ஆளும் ஆற்றல் இல்லாத போது,

சுவர்க வாழ்வின் தன்மைகள்

தன்னைப் புரிந்து கொள்ளும் மெய்யறிவு இல்லாத போது, அவன்-, உணர்ச்சி வேகம், துக்கம், துன்பம், அடிக்கடி மாறும் கால சூழ்நிலை ஆகியவற்றோடு உறுதியாக பிணைக்கப்பட்டு இருப்பான். மெய்யறிவு தான் முழுமையான சுதந்திரத்தின் நுழைவாயில்.

புறசூழ்நிலையில் காணப்படும் எல்லா அடக்குமுறைகளும் எதிர்ப்புகளும் உண்மையில் உள்ளத்தில் நிகழும் அடக்குமுறை, எதிர்ப்பு ஆகியவற்றின் விளைவே. வெளியில் காணப்படும் அடக்குமுறை நிழல் உருவம் ஆகும். அதன் நிஜ உருவம் உள்ளத்தில் இருக்கிறது. அடக்கி ஒடுக்கப்பட்டவர்கள் காலம் காலமாக சுதந்திரத்திற்காக, மீட்சிக்காக அழுகிறார்கள். மனிதன் உருவாக்கும் ஓர் ஆயிரம் (சுதிந்திர தேவி) சிலைகளாலும் அவர்களுக்கு அந்த சுதந்திரத்தை, மீட்சியை வழங்க முடியாது. அவர்களே தான் அதை அவர்களுக்கு வழங்கி கொள்ள வேண்டும். தங்கள் இதயத்தில் பொறிக்கப்பட்டு இருக்கும் தெய்வீக அறநெறிகளுக்கு கீழ்படிவதால் அந்த சுதந்திரத்தை, மீட்சியை அவர்கள் பெற்றுக் கொள்ள முடியும். மனிதர்கள் தங்கள் உள்ளத்தின் சுதந்திரத்தை நாடட்டும். அப்போது அடக்குமுறை என்னும் நிழல்-, பூமியின் மீது படர்ந்து இருளைப் பரப்ப முடியாது. மனிதர்கள் தம்மை தாமே

சே.அருணாசலம்

அடிமைப்படுத்திக் கொள்ளாமல் இருக்கட்டும்.எந்த ஒரு மனிதனும் தன் சகோதர மனிதனை அடிமைப்படுத்த மாட்டான்.

மனிதர்கள் புறச்சூழ்நிலையில் சுதந்திரத்தை சட்டவடிவாமாக்க போராடுகிறார்கள். அதே நேரம் தங்களை அடிமை வயப்படுத்தும் அடிமைவிலங்குகளை உள்ளத்தில் வார்த்து எடுக்கிறார்கள். நிஜ உருவம் உள்ளத்தில் இருக்க, வெளியே தெரியும் நிழலை துரத்தி ஓடுகிறார்கள். மனிதன் தான் என்ற அகம்பாவித்தலைத் துறக்கும் போது சுதந்திரன் ஆவான். மனிதன் தன்னுள் இருக்கும் வெறி உணர்வுகளுக்கும், தவறுகளுக்கும், அறியாமைகளுக்கும் விரும்பி செயல்படும் அடிமையாக இல்லாத போது, எல்லா புற உலக அடிமைத் தளைகளும் விலங்குகளும் அடக்குமுறைகளும் ஒடுக்குமுறைகளும் ஒழிந்துவிடும். விடுதலை பெற்றவனுக்கு தான் சுதந்திரம்.

மனிதர்கள் தங்கள் பலவீனத்தைத் தொற்றிக் கொண்டு இருக்கும் போது, பலம் வாய்ந்தவர்களாக இருக்க முடியாது; அவர்கள் இருளை விரும்பும் போது, ஒளியை பெறுவது இல்லை; அவர்கள் மீது பிணைக்கப்பட்டு இருக்கும்

சுவர்க வாழ்வின் தன்மைகள்

சங்கிலிகளை விரும்பும் வரை அவர்கள் சுதந்திரத்தை அனுபவிக்க முடியாது. வலிமை, ஒளி, சுதந்திரம் எல்லாம் இங்கே, இப்பொழுதே இருக்கின்றன. அவற்றின் மீது பேரார்வமும் பெருவிருப்பமும் கொண்டவர்கள் யாவரும் அதனைப் பெற்றுக் கொள்ளலாம். சுதந்திரம், மீட்சி, விடுதலை என்பன கூட்டாக இணைந்து போராடுவதில் அடங்கி இருக்கவில்லை. இது எப்போதும் எதிர்வினையாக கூட்டாக இணைந்து மேற்கொள்ளப்படும் தற்காப்பு அரணை---போர், காழ்ப்பணர்வு, ஒரு பக்க சார்பு நிலை என சுதந்திரத்தை அழிக்க உருவெடுக்கும். ஒவ்வொருவனும் தன்னைத் தானே கட்டுப்படுத்தி ஆள்வதில் தான் சுதந்திரம் அடங்கி இருக்கிறது. மனித குலத்தின் மீட்சிக்கு தடையாகவும் பின்னடைவாகவும் இருப்பது அதன் பல்வேறு பாகங்களான தனி மனிதர்கள் தங்கள் உள்ளத்தில் அடிமைப்பட்டு கிடப்பது தான். விடுதலையை மனிதனிடமும், கடவுளிடமும் இறைஞ்சுபவனே, நீயே உன்னை விடுவித்துக் கொள்!

சுவர்க வாழ்வு அளிக்கும் சுதந்திரம் எது என்றால் வெறி உணர்வுகளிலிருந்து விடுபடுவது, இச்சைகளிலிருந்து விடுபடுவது, கருத்துக்களை உரிமை கொண்டாடுவதிலிருந்து விடுபடுவது, உடல் இச்சை-புத்தி சாதுர்யம் ஆகியவைகளின்

சே.அருணாசலம்

கொடுங்கோல் ஆட்சியிலிருந்து விடுபடுவது. இவை தான் முதலில். இதன் பின் புறச்சூழ்நிலைகளில் சுதந்திரம், காரணத்தை தொடரும் விளைவைப் போல பின் தொடரும். உள்ளத்தில் தோன்றும் சுதந்திரம் புறச்சூழ்நிலைகளுக்கும் பரவி ஒருவனை தழுவும் போது அது எந்த ஒன்றையும் விட்டு விடாத முழுமையான சுதந்திரமாக இருக்கும். எல்லா பாவங்களில் இருந்தும் உங்கள் ஆன்மாவை மீட்டு எடுங்கள். அஞ்சி நடுங்கி கொண்டிருக்கும் அடிமைகளின் உலகில் அவர்கள் இடையே நீங்கள் சுதந்திரமாக அச்சமின்றி நடை போடுவீர்கள். உங்களை பார்க்கும் பல அடிமைகள் உள்ளத்தால் உணர்ந்து உங்கள் மகத்தான சுதந்திரத்தில் ஒன்றிணைவார்கள்.

எவன் ஒருவன் "எனக்கு உலக வாழ்வின் கடமைகளில் பிடிப்பு இல்லை. அவற்றை விட்டு நான் தனிமையை நாட போகிறேன், அங்கே நான் காற்றை போல சுதந்திரமாக இருப்பேன்" என கூறி சுதந்திரத்தை பெற நினைக்கின்றானோ, அவன் இன்னும் கடுமையான ஒரு அடிமைத்தளையில் சிக்கி கொள்வான். சுதந்திரம் என்ற மரம், கடமையின் மீது தான் வேர் ஊன்றி நிற்கின்றது. எனவே எவன் சுதந்திர மரத்தின் கனிகளை பறிக்க எண்ணுகிறானோ அவன் கடமையில் இன்பத்தைக் காண வேண்டும்.

சுவர்க வாழ்வின் தன்மைகள்

தன் அகம்பாவித்தலிலிருந்து விடுதலை பெற்றவன் இதயத்தில் மகிழ்ச்சியோடு, அமைதியாக, எல்லா கடமைகளுக்கும் தயாராக இருப்பான். கடமையின் மீது வேண்டாத வெறுப்பும் சோர்வும் அவன் இதயத்தில் நுழைய முடியாது. அவனது தெய்வீக வலிமை எல்லா பாரத்தையும் இறக்கி விடுவதால் அவன் அதன் அழுத்தத்தை உணர மாட்டான். தன்னை பிணைக்கும் சங்கிலிகளோடு கடமையிலிருந்து தப்பி ஓடமாட்டான். ஆனால் அவற்றை உடைத்து சுதந்திரமாக நிற்பான்.

உங்கள் மனத்தகத்தின் மாசை அறுத்து உங்கள் உள்ளத்தையும் மனதையும் தூய்மைபடுத்திக் கொள்ளுங்கள். பலவீனம், இச்சைகளின் தூண்டுதல், பாவம் இவை எதுவும் உங்களுள் புக முடியாத படி பார்த்துக் கொள்ளுங்கள். காரணம், மொத்த உலகமும் எங்கே என்று ஏக்கத்தோடு தேடி கொண்டிருக்கும் இந்த முழுமையான சுதந்திரம் அவர் அவர்களின் உள்ளத்திலும் மனதிலும் மட்டுமே இருக்கின்றது.

சே.அருணாசலம்

9. உயர்நிலையும் நன்மையும்

நன்மை, எளிமை, உயர்நிலை-இவை மூன்றுமே ஒன்று தான். இணக்கமாக பொருந்தி சேர்ந்து காணப்படும் இம்மூன்றைத் தனிதனியே பிரிக்க முடியாது. பெருந்தன்மையான உயர்குணங்கள் நன்மையிலிருந்து தான் சுரக்கும். நன்மையை ஆழ்ந்து நோக்கினால் அது எளிமையே. நன்மையில்லாமல் பேராற்றலோ பெருந்தன்மையோ இல்லை. சில மனிதர்கள் புயற்காற்றாகவும் பனிப்பாறை சரிவாகவும் பேரழிவு சக்திகளாக இவ்வுலகை கடந்து செல்கிறார்கள். அவர்கள் பேராற்றல் மிக்கவர்களோ இல்லை பெருந்தன்மையானவர்களோ கிடையாது. உயர்ந்தோங்கி நிற்கும் மலைக்கு பனிப்பாறை சரிவினால் பாதிப்பு என்பது போலத் தான் அவர்களை பேராற்றல் மிக்கவர்கள் என்பது. பேராற்றல், பெருந்தன்மையின் பணி என்பது நிலைத்து இருந்து பாதுகாக்கும் செயலாகும், வன்முறையாக அழித்து ஒழிக்கும் செயல் அல்ல.

சுவர்க வாழ்வின் தன்மைகள்

பெருந்தன்மையான ஆன்மா மிக கனிவோடு இருக்கும்.

உயர்குணம் எப்போதும் இடைஞ்சல் செய்யாது. எந்த அங்கிகாரத்தையும் எதிர்பார்க்காமல் அமைதியாக வேலை செய்யும். அதனால் தான் அது எளிதில் உணரப்பட முடியாமல், சுலபமாக அடையாளம் காணப்பட முடியாமல் இருக்கின்றது. மலையைப் போல அது பரந்தும் உயர்ந்தும் இருக்கின்றது. எனவே, அதற்கு மிக அருகில் இருப்பவர்களால், அது தரும் பாதுகாப்பான உறைவிடத்திலும் அதன் நிழலிலும் வாழ்ந்தாலும் அந்த மலையை அவர்களால் காண முடியாது. அந்த மலையிடமிருந்து விலகி செல்ல செல்ல தான் அதன் பேரெழில் தோற்றம் கண்ணுக்குத் தெரியும். பேராற்றலும் பெருந்தன்மையும் கொண்ட மனிதன் அவனது சமகாலத்தவர்களால் பார்க்கப்படுவது இல்லை. அவனது கம்பீரத் தோற்றத்தின் எல்லைக்கோடுகள் காலம் செல்ல செல்ல தான் பதிவாகின்றது. இது தான் தூரத்தின் அழகும் ஆச்சிரியமும் அகும். மனிதர்கள் சிறியவற்றுடன் தங்களை ஈடுப்படுத்திக் கொள்கிறார்கள், தங்கள் வீடுகள், மரங்கள், நிலங்கள் என்று. மலையின் அடிவாரத்தில் மக்கள் வாழ்ந்தாலும், அவர்களில் வெகு சிலரே அந்த மலையைக் குறித்து ஆழ்ந்து எண்ணிப் பார்க்கிறார்கள். அவர்களுள் வெகு

சிலரால் தான் அதன் அருமையையும் அழகையும் உணர முடியும். ஆனால் தூரம் செல்ல செல்ல இந்த சிறியவைகள் மறைந்து விடும். மலையின் தனித்த பேரழகு வெளிப்படும். பரபரப்பான புகழ், இரைச்சலாக ஒலிக்கும் பாராட்டுரைகள், மேன்மைபடுத்திக் காட்ட உருவாக்கப்படும் காட்சிகள்- இந்த ஆழமற்ற மேலோட்டங்கள் எல்லாம் நிலைத்து நிற்க கூடிய எந்த அடையாளத்தையும் விட்டுச்செல்லாமல் விரைவில் மறையும். உண்மையான பேராற்றலும் பெருந்தன்மையும் மெதுவாக மறைவிலிருந்து தோன்றி என்றும் நிலைத்திருக்கும்.

யூத குருமார்களோ திரளான மக்கள் கூட்டமோ, அவர்கள் இருசாராருமே, இயேசுவின் தெய்வீக அழகைக் காணவில்லை. அவர்கள் அவரை ஒரு எழுத்தறிவில்லாத தச்சனாகத் தான் பார்த்தார்கள். ஹோமர், அவருடன் வாழந்த அவரது சமகால மக்களால் ஒரு கண்ணில்லாத பிச்சைகாரராகத் தான் அறியப்பட்டார். சில நூற்றாண்டுகள் சென்ற பின் தான் ஹோமர் என்ற இறவா புகழோடு கொண்டாடப்படும் கவிஞன் வெளிப்பட்டான். ஸ்ட்ராட்ஃபோர்டில் வாழ்ந்த ஒரு உழவன் மறைந்து(அவனைப் பற்றிய எல்லா தகவல்களும் மறைந்து) *200* ஆண்டுகளுக்கு பின்பு தான், உண்மை ஷேக்ஸ்பியர் வெளிச்சத்துக்கு வருகிறார்.

சுவர்க வாழ்வின் தன்மைகள்

உண்மையான மேதை குணத்தின் வெளிப்பாடு முழு உலகத்திற்காகவும் நிகழ்கிறது. யாரிடமிருந்து வெளிப்பட்டதோ அந்த மனிதனுக்கு மட்டும் உரியதல்ல அது, அது எல்லோருக்கும் உரியது. அது உண்மை என்னும் ஒளி வட்டத்திலிருந்து பிரிந்து வந்த ஒளிக்கதிர். சுவர்கத்தின் ஒளி மனித குலத்தின் மேல் படர்கிறது.

மேதைகளின் ஒவ்வொரு படைப்பும், அது கலைகளின் எந்த துறையாகவும் இருக்கட்டும், அனைத்து சாராருக்குமான உண்மை வெளிப்பட்டதன் புற அடையாளச் சின்னமாகவே அது இருக்கும். அது முழு உலகிற்கும் பொதுவானது. அந்த உண்மை படைப்பு காலத்தை கடந்து, இனங்களைக் கடந்து எல்லா இதயங்களிலும் ஒரு பதில் உணர்வை எழுப்பும் தன்மை கொண்டதாக இருக்கும். இதற்கு சற்று குறைந்தாலும் அதில் உயர்தன்மையோ மேதை குணமோ இல்லை, பெரும் சிறப்போ இல்லை. சமயத்தை தற்காக்கும் படைப்புக்கள் அழிந்து விடும். ஆனால் சமயம் நிலைத்து இருக்கும். நிலையான வாழ்வு பற்றிய தத்துவ ஆராய்ச்சிகள் மறைந்து விடும், ஆனால் நிலையான வாழ்வு பெற்ற மனிதன் தொடர்ந்து வாழ்வான். உண்மை பற்றிய விளக்கங்கள் மண்ணோடு மண்ணாகும். ஆனால் உண்மை மட்டுமே என்றும்

சே.அருணாசலம்

நிலைத்திருக்கும். உண்மை வெளிப்படும் போது தான், கலை என்பது உண்மை கலையாகின்றது. எது வாழ்வில் சிறந்தது என்றால் எது முழு உலகிற்கும், எல்லா காலத்திற்கும் உண்மையாக இருக்கிறதோ அது தான். எது உண்மையோ அது நன்மை. எது நன்மையோ அது உண்மை.

இறவா புகழ் கொண்ட ஒவ்வொரு படைப்பும், மனித இதயத்தில் என்றும் நிலைத்திருக்கும் நன்மையிலிருந்தே ஊற்று எடுக்கின்றன. நன்மையைத் தவிர வேறு எவற்றாலும் பாதிக்கப்படாத எளிமையும் இனிமையுமே அது அணிந்திருக்கும் ஆடையாகும். மிக சிறந்த கலை, இயற்கையைப் போல கலைத்தன்மையின்றி காணப்படும். அதற்கு எந்த வித்தைகளும் தெரியாது, எந்த வேடங்களும் தரிக்காது, செயற்கையான முயற்சிகளை மேற்கொள்ளாது. ஷேக்ஸ்பியரின் நாடகங்களில் எவற்றிலும் அரங்க மேடை தந்திரக் காட்சிகள் எதுவும் கிடையாது. இருந்தும் அவர் தான் மிக சிறந்த நாடகாசிரியர், காரணம் அவரது எளிமை. குறை காணும் விமர்சிப்பாளர்கள், பெருந்தன்மையின் மெய்யறிவான அதன் எளிமையைப் புரிந்து கொள்ள முடியாமல், எப்போதும் ஒரு பெரும்படைப்பைக் கண்டிப்பார்கள். கள்ளமில்லா பிள்ளை உள்ளம் எது, சிறுபிள்ளைத்தனம் எது

சுவர்க வாழ்வின் தன்மைகள்

என்று வேறுபடுத்த முடியாமல் இருக்கிறார்கள். உண்மை, அழகு, பெருந்தன்மை, பேராற்றல் எல்லாம் எப்போதும் மழலை உள்ளத்துடனே இருக்கும், என்றும் இளமையாக, எப்பொழுதும் பொலிவாக.

பெருந்தன்மை, பேராற்றல் கொண்ட மனிதன் எப்போதும் நல் மனிதனே; அவன் எப்போதும் எளிமையானவனாகவே இருப்பான். அவன் தனக்கான ஆற்றலை எங்கிருந்தும் உறிஞ்சி கொள்வது இல்லை, தன்னுள் என்றும் வற்றாது சுரக்கும் தெய்வீக நன்மையில் வாழ்கிறான். அவன் வாழ்விடம் சுவர்கத்தின் இடமாக இருக்கும். மறைந்துவிட்ட பேரான்மாக்களோடு தொடர்பு கொள்கிறான். கண்ணில் காண முடியாதவற்றோடு வாழ்கிறான். அவன் உள்ளுணர்வோடு இருக்கிறான். சுவர்கத்தின் காற்றை சுவாசிக்கின்றான்.

எவன் உயர் நிலையை அடைய விரும்புகிறானோ அவன் நல்லவனாக இருக்கக் கற்று கொள்ளட்டும். அந்த உயர் நிலையை இலக்காக குறிவைத்து அடைய வேண்டும் என்று போராடாமலேயே அதை அவன் அடைந்து விடுவான். உயர்நிலையை இலக்காக குறிவைத்து அடைய பாடுபடும் போது

சே.அருணாசலம்

ஒருவன் வெறுமையை அடைகிறான். ஒருவன் வெறுமையை குறி வைக்கும் போது உயர்நிலையை அடைகிறான். உயர்நிலையை அடைய எண்ணும் பேராவல் ஆனது சிறுமை குணத்தை, தற்புகழ்ச்சி ஆராவாரத்தை, தன்னை குறுக்கே முன்னிறுத்திக் கொள்ளுதலை சுட்டிக்காட்டுகின்றது. தற்புகழ்ச்சியின் வெளிச்சப் பார்வைக்கு இடம் கொடுக்காமல் விரும்பி விலகுவதும், சுய நல நோக்கங்கள் அறவே இன்றி இருப்பதும் தான் உயர்நிலையின் இருப்பிற்கு சாட்சியாகும்.

அற்பகுணம், அதிகாரம் செலுத்த ஆசைபட்டு அலையும். உயர்குணம்-, எந்த அதிகாரத்திற்கும் ஆசைப்படாது. ஆனால், பின் வரும் காலங்களை வழி நடத்தும் அதிகாரம் அதற்கு வழங்கப்படும். ஓடி ஆடி தேடி பற்றிக் கொள்கின்றவன் இழக்கின்றான். இழப்பதற்குத் தயாராக இருப்பவன், எல்லா மனிதர்களையும் வெல்கின்றான். நீங்கள், உங்கள் உண்மை இயல்பின் படி எளிமையாக இருங்கள், உங்களை மேன்மைப்படுத்திக் கொள்ளுங்கள், சுயநலம் கருதாத உங்கள் தன்னமையில் வாழுங்கள். ஆ! நீங்கள் உயர்நிலையை அடைந்து விட்டீர்கள். சுயநலத்திற்காக அதிகாரத்தை நாடுகின்றவன், ஒன்றில் தான் வெற்றி பெறுகிறான். பின்னால் ஒளிந்து கொண்டு நடுங்கியபடியே, ஏற்று

சுவர்க வாழ்வின் தன்மைகள்

கொள்ளப்பட்ட உயர்தன்மையிடத்து மண்டியிட்டு மன்னிப்பு கேட்டு பாதுகாப்பு கோருவதில். எவன் தனக்கு என்று எந்த அதிகாரத்தையும் எதிர்பார்க்காமல் உலகிற்கு அன்புடன் தொண்டு செய்கிறானோ அவன் நேர் மனிதனாக வாழ்ந்து உயர்வானவனாக அழைக்கப்படுவான். வாழ்வின் எளிமையை, அதன் உயர் குணங்களை வாழுங்கள், இதயத்தின் கட்டளைக்கு கீழ்படியுங்கள், நீங்கள் இனிய ஓர் உலகை படைப்பீர்கள். உங்கள் ஒருவரை மட்டுமே எண்ணும் அற்ப குணமான குறுகிய மனப்பான்மையை மறந்து முழு பிரபஞ்சத்திற்காகவும் எண்ணும் உயர் குணத்தைப் பெறுங்கள், அப்பொழுது வாழும் வாழ்வில் நிலைத்து நிற்க கூடிய ஆயிரம் அற்புத அனுபவங்களைப் பெற்று அதை நீங்கள் திரும்ப படைப்பீர்கள். உங்களுக்குள்ளே எளிமையான நன்மை என்ற அந்த உயர்நிலை இருப்பதைக் காண்பீர்கள்.

"சிறுமை குணம் பெற எந்த அளவு முயற்சிக்க வேண்டுமோ அதே அளவு தான் பெருமை குணம் பெறவும் முயற்சிக்க வேண்டும்" என்கிறார் எமர்சன். அவர் ஓர் ஆழ்ந்த உண்மையை உரைக்கின்றார். தான் என்ற நிலையை மறந்திருப்பது தான் உயர்குணத்தின் சாரம், அதுவே நன்மையின், மகிழ்ச்சியின் சாரமும் ஆகும். தன்னை

சே.அருணாசலம்

மறந்திருக்கும் நிலை என்பது விரைந்து ஓடும் சில நொடிகளே நீடித்தாலும் அந்த சில நொடிகளுக்கு அச்சிறிய இதயமும் பேரிதயம் ஆகின்றது. அந்த சில நொடிகளை எல்லை வகுக்காமல் நீட்டித்து கொண்டே இருந்தால் ஒரு பேரான்மா, ஒரு பெருவாழ்வு உண்டாகின்றது. உங்கள் தன் முனைப்பை (அற்ப ஆசை, வீண் ஆராவாரம், தன்னை முன்னிறுத்திக் கொள்ள துடிக்கும் பேராவல்) அணிவதற்குத் தகுந்த ஆடை இல்லை என தூக்கி எறியுங்கள். உங்கள் ஆன்மாவினது தான் என்று ஏதும் அற்ற பகுதிகளில் உலாவும் அன்போடும் இரக்கத்தோடும் வாசம் செய்யுங்கள். இதற்கு பின்னும் நீங்கள் உயர்நிலையை எட்டாதவராக இருக்க முடியாது.

மனிதன், தனக்கு என்று ஓர் சுய அதிகாரத்திற்கு மனிதன் ஏங்கும் போது அற்ப குணத்தில் சரிகிறான். அவன் நன்மையைக் கடைபிடிக்கும் போது உயர்குணத்தில் ஏறுகிறான். அற்ப குணத்தின் பரபரப்பும் ஆராவாரமும் ஒரு காலத்திற்கு வேண்டுமானால் அமைதியாக இருக்கும் உயர்குணத்தை மறைக்கலாம். ஆனால் ஆர்ப்பரிக்கும் ஆறு அமைதியான கடலை கடைசியில் வந்து சேர்வது போல அற்பகுணம் உயர்குணத்தால் விழுங்கப்பட்டு விடும்.

சுவர்க வாழ்வின் தன்மைகள்

அறியாமையின் இழிநிலை உடனான முட்டாள்தனம், அறிவின் ஆணவம் என இரண்டும் மறைய வேண்டும். அவை இரண்டும் சமஅளவு தாழ்வானதே. நல் ஆன்மாவில் அவைகளுக்கு இடமில்லை. நீங்கள் ஏதாவது செய்ய வேண்டும் என்றால் நீங்கள் அதுவாக இருக்க வேண்டும். தகவல்களை நீங்கள் அறிவென்று கொள்ளக் கூடாது. நீங்கள் உங்களை தூய அறிவாகவே உணர வேண்டும். நூலறிவை மெய்யறிவோடு குழப்பிக் கொள்ள கூடாது. கறைப்படாத மெய்யறிவாகவே நீங்கள் விளங்க வேண்டும்.

உயிர்துடிப்போடு வாழும் ஒரு நூலை நீங்கள் எழுத வேண்டுமா? அந்த நூலை நீங்கள் முதலில் வாழவேண்டும். பலவித அனுபவங்கள் என்ற வார்த்தைகளில் விளக்க முடியாத ஆடையை அணிந்து, நீங்கள்- இன்பம்-துன்பம், மகிழ்ச்சி-துக்கம், வெற்றி-தோல்வி என அவற்றின் பாடங்களைக் கற்க வேண்டும். அந்த பாடத்தை எந்த நூலாலும் எந்த ஆசானாலும் கற்றுத் தர முடியாது. நீங்கள் வாழ்விடம் கற்க வேண்டும், உங்கள் ஆன்மாவிடம் கற்க வேண்டும். இந்த பாதையில் நீங்கள் தனியே தான் செல்ல வேண்டும். நீங்கள் எதுவாக வாழ்கிறீர்களோ அப்படியே ஆகியிருப்பீர்கள். அதன் பின் அந்த நூலை நீங்கள்

சே.அருணாசலம்

எழுதலாம். அது வாழும் ஒரு நூலாக இருக்கும், ஒரு நூலை விட அதிகமான ஆற்றல் கொண்டதாக இருக்கும். அந்த நூல் முதலில் உங்களுள் வாழட்டும், பின் நீங்கள் அந்த நூலில் வாழ்வீர்கள்.

பல நூற்றாண்டுகள் நிலைத்து இருந்து காண்பவரை மெய்மறக்கச் செய்யும் ஒரு சிலையை வடிக்க வேண்டுமா அல்லது ஒரு ஓவியத்தை தீட்ட வேண்டுமா? அதற்கு நீங்கள், உங்களுள் உறைந்திருக்கும் தெய்வீக அழகின் தன்மையுடன் நெருங்கிய தொடர்பு கொண்டு உறவாட வேண்டும். கண்களால் காண முடியாத அந்த பேரழகை நீங்கள் உணர்ந்து வியக்க வேண்டும்; அந்த தெய்வீக அழகு வடிவம் என்றால் அதன் ஆன்மாவாக விளங்கும் அறநெறிகளை நீங்கள் தெரிந்துக் கொள்ள வேண்டும். பிரபஞ்சத்தின், உயிரின், வாழ்வின் ஈடு இணையில்லாத செயல்பாடு எல்லாம் ஒன்றொடு ஒன்று ஒத்திசைந்து இருப்பதை உணர்வீர்கள். நிலைத்து நிற்க கூடிய மெய்மையை நீங்கள் உணர்ந்த பின் நீங்கள் வடிக்கும் சிலையோ அல்லது தீட்டும் ஓவியமோ, வர்ணிக்க முடியா பேரழகுடன் விளங்கும்.

நீங்கள் ஒரு அழியா புகழ் கொண்ட பாடலை படைக்க வேண்டுமா? முதலில் அந்த பாடலாக

சுவர்க வாழ்வின் தன்மைகள்

நீங்கள் வாழுங்கள். பாடலின் சீரை உருவாக்கும் முன் உங்கள் எண்ணமும் செயலும் சீராக ஒத்து இசைக்கட்டும். உங்கள் உள்ளுணர்வு நிச்சயம் ஊற்று எடுக்கும் அன்பான வெளிகளை உங்கள் இதயத்தில் காண்பீர்கள். அப்போது உங்களது எந்த முயற்சியும் இல்லாமலேயே என்றும் நிலைத்து நிற்கும் வரிகள் உங்களிடமிருந்து பாய்ந்து ஓடும், காடுகளிலும் பூஞ்சோலைகளிலும் பூக்கும் மலர்களை போல அழகிய எண்ணங்கள் உங்கள் இதயத்தில் மலரும், இனிய வார்த்தைகளாக வடிவமெடுத்து படிப்பவர் இதயங்களை பண்படுத்தும்.

உலகை மகிழ்ச்சியில் ஆழ்த்தி அதன் உணர்வுகளை மேல் உயர்த்தும் இசையை நீங்கள் இசைக்க வேண்டுமா? சுவர்கத்தின் இன்னிசையோடு உங்கள் ஆன்மா ஒத்திசைக்கட்டும். நீங்கள் உங்களை, உங்கள் இசையை, இந்தப் பிரபஞ்சத்தை இசையாகவே உணருங்கள். வாழ்வின் இசையை எழுப்பும் நரம்புத்தந்திகளை நீங்கள் மீட்பீர்கள். இசை எங்கும் இருப்பதை, வாழ்வின் இதயமாக இருப்பதை அறிவீர்கள். இறவாத இன்னிசையை உங்கள் ஆன்மீக செவிகளில் கேட்பீர்கள்.

என்றும் வாழும் ஒரு வார்த்தையை நீங்கள் போதிக்க வேண்டுமா? நீங்கள் உங்களை மறந்து அந்த வார்த்தையாகவே மாறுங்கள். நீங்கள் ஒன்றைத் தெரிந்து கொள்ளுங்கள்- மனித இதயம் நன்மையானது, தெய்வீகமானது. நீங்கள் ஒன்றை வாழ்வில் வாழ வேண்டும்-அது அன்பு. யாவற்றின் மீதும் அன்பு செலுத்துங்கள், தீமையை காணாதீர்கள், தீமையை எண்ணாதீர்கள், தீமையை நம்பாதீர்கள், பின்பு பேசும் போது குறைவாகவே பேசுங்கள், உங்கள் ஒவ்வொரு செயலும் ஆற்றல் மிக்கதாக இருக்கும், உங்கள் ஒவ்வொரு வார்த்தையும் ஒரு நன்னெறியாக இருக்கும். உங்கள் தூய்மையான எண்ணம், தான் என்ற ஆணவ, அகம்பாவமற்ற செயல், அது மறைவாக இருந்தாலும், நீங்கள் வாழும் காலத்தை கடந்து நின்று, எண்ண முடியா அளவு உயிர்துடிப்புள்ள ஆன்மாகளுக்கு வழிக்காட்டும்.

நன்மையைத் தேர்ந்தெடுக்க வேண்டும் என்று யாவற்றையும் துறக்கும் ஒருவனுக்கு வழங்கப்படுவது, அவன் துறந்ததை விட அதிகமாகவும் துறந்தவை அனைத்தையும் உள்ளடக்கியதாகவும் இருக்கும். அவன் சிறந்தவைகளை உடைமையாக கொண்டிருப்பான், உயர்ந்தவைகளோடு தொடர்பு கொள்வான்,

சுவர்க வாழ்வின் தன்மைகள்

பெருந்தன்மை மிக்கவர்களின் வட்டத்தில் நுழைவான்.

குறைகளற்ற, முழுமையான உயர்குணம், கலைநயங்களை எல்லாம் கடந்து நிற்பது ஆகும். அது செயல் வடிவெடுக்கும் நன்மை. எனவே, உயர் குணத்தை வெளிப்படுத்தும் ஆன்மாக்கள் எல்லாம் நல்ஆசான்களே.

சே.அருணாசலம்

10. சுவர்கம் உள்ளத்திலே

உள்ளம் தூய்மையாக இருக்கும் போது வாழ்வின் போராட்டங்கள் முடிவுக்கு வருகின்றன. மனம் தெய்விக இயற்கை நியதியுடன் ஒருமித்து செயல்படும் போது, அடிமை சங்கிலியை கட்டி இழுக்கும் சக்கரம் சுழலாமல் நின்றுவிடும். எந்த வேலையோ, பணியோ, கடமையோ-, அது மகிழ்ச்சியுடன் ஈடுபடக்கூடிய செயல்பாடாக, நடவடிக்கையாக மாறிவிடும். உள்ளத்தூய்மையுடையவர்களை வயலில் பூத்திருக்கும் அல்லி மலருக்கு நிகராக ஒப்பிடலாம். அம்மலர்கள் பாடுபட்டு தம்மை வருத்திக் கொள்ளவில்லை என்றாலும் நன்மையின் என்றும் வற்றாத பெட்டகத்திலிருந்து அவற்றின் தேவைக்கு உணவு ஊட்டப்படும். அவை வண்ண ஆடை அணிவிக்கப்பட்டு பேரழகுடன் காட்சி தரும். ஆனால், அல்லி மலர்கள் பாடுபடவில்லை என்றாலும் அவை உழைக்காமல் சோம்பிகிடப்பவை அல்ல. அவை நிலத்திலிருந்தும், காற்றிலிருந்தும், சூரிய ஒளியில் இருந்தும் உயிர்சத்தை இடைவிடாமல் பெற்றப்படியே இருக்கின்றன.

அதன் உள் இருக்கும் தெய்வீக ஆற்றலின் துணையோடு தன்னை அனுஅனுவாக வளர்த்துக் கொண்டு தன் மடல்களை ஒளிக்கு திறந்து விரித்து பேரழகு மலராக விளங்குகிறது. அது போலவே தங்கள் சுயநல குறுகிய ஆசைகளைத் துறந்தவர்கள், இயற்கை நியதியோடு ஒருமித்து இயைந்து செயலாற்ற கற்றுக் கொண்டுள்ளார்கள். அன்புடன் கூடிய கனிவு, நன்மை, அழகு ஆகியவை காணப்படும் அவர்களிடம் குழப்பம், பதட்டம், மன உறுத்தல், சோர்வு ஆகியவை விடைப்பெற்று இருக்கும். அவர்கள் உழைப்பு வீணாக இருக்காது. தேவையற்ற செயல்பாடுகளைச் செய்ய மாட்டார்கள். அவர்களது ஒவ்வொரு எண்ணமும், செயலும், நடத்தையும் இயற்கைவிதியின் கட்டளையை நிறைவேற்றவே இருக்கும். அது அதற்கேற்ற வகையில் உலக மகிழ்ச்சியின் அளவை கூட்டும்.

சுவர்கம் உள்ளத்தில் இருக்கின்றது. அதை வேறு எங்கோ இருப்பதாக தேடுபவர்கள் வீணாகத் தேடுகிறார்கள். ஆன்மா தனக்குள் சுவர்கத்தை காணமுடியவில்லை என்றால் எந்த புறச்சூழ்நிலையிலும் அதனால் சுவர்கத்தைக் காண முடியாது. அதற்கு காரணம், ஆன்மா எங்கு சென்றாலும் அதன் எண்ணங்களும் ஆசைகளும் கூடவே செல்லும். அந்த புறச்சூழ்நிலை எவ்வளவு

சே.அருணாசலம்

தான் அழகாக இருந்தாலும், அதன் உள் பாவம் குடி இருந்தால், அந்த புறச்சூழ்நிலை இருளாகவும் சோர்வாகவுமே காணப்படும். காரணம், ஆன்மா செல்லும் பாதை எங்கும் ஒரு இருண்ட நிழலை பரப்புவதே பாவத்தின் இயல்பு.

இந்த உலகம் அழகானது, அனுபவத்தை விளக்க முடியாத ஆழமான மனநிலைகளுக்கு இட்டு செல்லும் அற்புத அழகுடையது. அதன் பேரழகுகளையும் உள்ளுணர்வுகளை தட்டி எழுப்பும் அற்புதங்களையும், அளவிட முடியாது. ஆனால், பாவத்தில் மூழ்கியுள்ள மனதிற்கு, இருள் நிறைந்த மகிழ்ச்சியற்ற இடமாகவே இவ்வுலகம் காட்சி அளிக்கும். எங்கே வெறி உணர்வும் சுயநலமும் இருக்கின்றதோ அங்கே நரகம் இருக்கின்றது. நரகத்தின் வேதனை இருக்கிறது. எங்கே புனிதத் தன்மையும் அன்பும் இருக்கின்றதோ அங்கே சுவர்கம் இருக்கின்றது. சுவர்கத்தின் எல்லா பேருவகையும் இருக்கின்றது.

சுவர்கம் இங்கு இருக்கின்றது. எங்கும் இருக்கின்றது. எங்கெல்லாம் ஒரு தூய்மையான இதயம் இருக்கின்றதோ அங்கெல்லாம் இருக்கின்றது. இந்த முழு பிரபஞ்சம் எங்கும் மகிழ்ச்சி கரைபுரண்டு ஓடுகின்றது. ஆனால்

சுவர்க வாழ்வின் தன்மைகள்

பாவத்தினால் சிறைபட்ட இதயத்தால் அதை பார்க்கவோ,கேட்கவோ அதில் பங்கெடுக்கவோ முடியாது. யார் ஒருவனுக்கும் சுவர்கத்தின் நுழைவாயில் மூடப்படுவது இல்லை. யார் விருப்பத்திற்கும் இணங்கி அது மூடப்படவும் முடியாது. அதற்குள் நுழைய முடியாத ஒவ்வொருவனும் அதில் நுழைய முடியாதவாறு தன்னை தானே விலக்கிக் கொண்டுள்ளான். அதன் பொற்கதவுகள் எப்போதும் திறந்தே இருக்கின்றன. ஆனால், சுயநலம் கொண்டவர்களால் அதைக் காண முடியாது. அவர்கள் துக்கத்தால் வருந்துவார்கள், அழுது அரற்றுவார்கள். ஆனால் அவர்களால் சுவர்க வாழ்வின் மாண்பை காணவோ கேட்கவோ முடியாது. எவர் சுவர்க வாழ்வின் மாண்பை நோக்கி தம் பார்வையை செலுத்துகிறாரோ, அதன் தெய்வீக ஓசைகளை கேட்க செவி சாய்க்கிறாரோ அவர்களுக்கே சுவர்கத்தின் பேரானந்த வாழ்வு வெளிப்படும். அவர்கள் அதில் நுழைந்து பெருமகிழ்ச்சிக் கொள்வார்கள்.

உள்ளம் அறநெறி வயப்பட்டிருந்தால், புனித அன்பே இசையாகும் வண்ணம் இதயத்தின் இனிய நரம்புகள் மீட்டப்பட்டு வாழ்வு ஆனந்தமாகும். வாழ்வு என்பது அறநெறி கோட்பாடுகளாகும். அறநெறி கோட்பாடுகளே வாழ்வாகும். அனைத்தும்

சே.அருணாசலம்

மகிழ்ச்சியும் பேருவகையுமே ஆகும். இரைச்சலை ஏற்படுத்தும் குறுகிய சமயப் பிரிவுகள், அதன் உட்பூசல் பிரிவுகள், பாவத்தின் இருண்ட நிழல் ஆகியவை எல்லாம் முழுமையாக விடைபெறட்டும். அவற்றால் வாழ்வின் வாசலுக்குள் நுழைய முடியாது. அறநெறிக்கோட்பாடுகளில் அவற்றுக்கு எந்த இடமும் இல்லை. மகிழ்ச்சி, இன்னிசைவு, பேரழகு என்பதே உண்மையான தொடரும் வரிசையாகும். அவையே பிரபஞ்சத்தின் சாரம்சமாகும். வாழ்வின் தெய்வீக ஆடை மகிழ்ச்சி, இன்னிசை, பேரழகாலேயே நெய்யப்பட்டு இருக்கின்றது. உண்மையான சமயம் அல்லது மதம் உவகை அளிப்பதாகும், துசோர்வை அல்ல. அதில் இருந்து பொங்கும் ஒளியில் எந்த நிழலோ இருளோ படிய முடியாது.

மனச்சோர்வு, ஏமாற்றம், துக்கம்-இவை எல்லாம் கேளிக்கை கொண்டாட்டங்கள், சுயநல எதிர்பார்ப்புக்கள், பேராசை ஆகியவைகளை அவற்றின் தன்மைக்கு ஏற்றவாறு தொடரும் பின்விளைவுகளாகும். பின்னிருப்பதை கைவிட்டால் முன்னிருப்பது முழுவதுமாக மறைந்து விடும், சுவர்க வாழ்வின் பேரானந்தம் மட்டுமே எஞ்சி இருக்கும்.

சுவர்க வாழ்வின் தன்மைகள்

துக்கத்தின் சுவடும் கலக்கமுடியாத நிலையானமகிழ்ச்சியே மனிதனின் உண்மை வாழ்வாகும். பேரருள் நிலையை பெற்று இருத்தலே அவனுக்கு உரிய தகுதியாகும். அவன் பொய்வாழ்வை துறந்து மெய்வாழ்வை அடையும் போது தான், அவன் ஆள்வதற்குரிய பிரதேசத்தின் தலைவனாகிறான். சுவர்க வாழ்வே மனிதனின் மெய்வீடாகும். அது-, இங்கே, இப்பொழுதே, அவனது சொந்த இதயத்திலேயே இருக்கின்றது. அவன் வழிகாட்டுதல்கள் இன்றி தவிக்க விடப்படவில்லை. அவன் முயற்சி செய்தால் அவ்வழிகாட்டுதல்களைப் பெற முடியும். மனிதனின் எல்லா துன்பங்களுக்கும் துயரங்களுக்கும் காரணம், அவன், தன்னை எல்லாமே பிறப்பெடுக்கும் மூலவட்டத்திலிருந்து, எல்லாம் வல்ல நன்மையிடமிருந்து,

அன்பின் இதயத்திடமிருந்து விலகி அந்நியமானது தான். அவன் தன் மெய்வீட்டை அடையட்டும். அங்கே அவனுக்கு நிம்மதி காத்துக் கொண்டிருக்கின்றது.

சுவர்க வாழ்வின் தன்மைகளை இதயத்தில் கொண்டவர்கள் துக்கமும் துன்பமும் இன்றி இருக்கிறார்கள், காரணம் அவர்களிடத்தில்

பாவங்கள் இருக்காது. உலக மனிதர்கள் தொல்லைகள் என கூறுபவற்றை இவர்கள் அன்பும் மெய்யறிவும் தங்களுக்கு இட்ட இனிய பணிகளாக ஏற்பார்கள். தொல்லைகள் நரகத்துக்கு உரியவை. அவை சுவர்கத்தில் நுழையாது. மிகத் தெளிவான உண்மை இது. இதில் ஆச்சிரியப்பட எதுவும் இல்லை. ஏதாவது தொல்லைகள் இருந்தால் அது உங்கள் மனதில் தான் இருக்கிறது, வேறு எங்கும் இல்லை; நீங்கள் தான் அதை உருவாக்கி கொண்டீர்கள், அது உங்களுக்காக உருவாக்கப்படவில்லை; அத்தொல்லைகள் உங்களுடைய பணியில் இல்லை; உங்களுடைய புறச் சூழ்நிலையில் இல்லை. அதை உருவாக்கியவர் நீங்கள். எனவே அது உயிர் வாழ உங்களை மட்டுமே நம்பி இருக்கின்றது. உங்கள் அனைத்து பிரச்சினைகளையும் கற்றுக்கொள்ள வேண்டிய பாடங்களாக, ஆன்மீக படிகற்களாக நோக்குங்கள், ஆ! அவை அதன் பின் பிரச்சினைகளாக தோன்றாது. இது சுவர்கத்திற்கான ஒரு பாதையாகும்.

ஒவ்வொன்றையும் மகிழ்ச்சியும் ஆனந்தமுமாக உருமாற்றுவதே சுவர்க வாழ்வின் தன்மைகளை மனதில் கொண்டிருப்பவனது முக்கிய பணியும் கடமையுமாகும். ஒவ்வொன்றையும் இழிநிலைக்கும் நிராதரவு நிலைக்கும் இட்டுச்

சுவர்க வாழ்வின் தன்மைகள்

செல்வதே உலக வாழ்வைக் குறியாக கொண்டு செயல்படும் மனம், தன்னை அறியாமலே மேற்கொள்கின்ற பாதையாகும். அன்பான வாழ்வு என்பது மகிழ்ச்சியான உழைப்பாகும். எல்லாவற்றையும் பேராற்றலாகவும் பேரழகாகவும் உருமாற்றக்கூடிய மந்திரம் அன்பு தான். அது வறுமையிலிருந்து வளத்தை, பலவீனத்திலிருந்து பேராற்றலை, அழகின்மையிலிருந்து பேரழகை, கசப்பிலிருந்து இனிமையை, எல்லா பேருவகையான சூழ்நிலைகளையும் தன் இன்னது என்று விளக்க முடியா தன் சாரம்சத்திலிருந்து உருவாக்கும்.

அன்பில் வாழ்பவன் பேராசையின் பிடியில் சிக்க மாட்டான். நன்மையால் மட்டுமே இப்பிரபஞ்சத்தை உரிமை கொண்டாட முடியும். எனவே, நல்லொருவனுக்கே அது சொந்தமானது. அதில் யாவரும் எந்த வகையான தடையோ மறுக்கப்படலோ இன்றி அதில் பங்கு பெறலாம். காரணம், நன்மை (அது பொருளோ அல்லது அறிவோ அல்லது ஆன்மீகமோ), நன்மையின் ஊற்றுக்கண் என்றும் வற்றாது சுரக்கும். அன்பாக எண்ணுங்கள், அன்பாக பேசுங்கள், அன்பாக செயல்படுங்கள், உங்கள் ஒவ்வொரு தேவையும் நிறைவேற்றப்படும். நீங்கள் தனியே தவிக்கவிடப்பட

சே.அருணாசலம்

மாட்டீர்கள். ஆபத்து உங்களை எதிர்க்கொள்ள முடியாது.

அன்பு தெளிவாகக் காணும், சரியாக ஆராய்ந்து தீர்ப்பளிக்கும், மெய்யறிவுடன் செயல்படும். அன்பின் கண்களோடு காணுங்கள். நீங்கள் காணும் யாவும் அழகும் உண்மையுமாகவே இருக்கும். அன்பின் மனதோடு ஆய்வு செய்யுங்கள். நீங்கள் தவறிழைக்கவோ துக்கத்தை எழுப்பி விடவோ மாட்டீர்கள். அன்பின் உள்உணர்வோடு செயல்படுங்கள். வாழ்வென்னும் யாழில் நீங்கள் மீட்டும் இசைப்பண் இறவாத இன்னிசையாக இருக்கும்.

தான் என்ற சுயம் எந்த வடிவில் வந்தாலும் அதை இனம் கண்டு இடமளிக்காமல் விலக்குங்கள். பேரன்பு உங்கள் முழு இருப்பையும் விழுங்கும் வரை முயற்சித்துக் கொண்டே இருங்கள். எப்போதும் எல்லோருடனும் அன்பிலேயே திளைத்திருங்கள்-இதுவே சுவர்கத்தின் சுவர்கம் ஆகும். அழகும் கனிவும் இல்லாத எதுவும் உங்கள் உள்ளிருப்பில் இல்லாமல் போகட்டும், மென்மையான உங்களின் உள்ளிருப்பால் அழகாகவும் கனிவாகவும் உருமாறிவிடக்கூடிய ஒன்றாகவே உங்கள் (புறவாழ்வில்) வெளியே

சுவர்க வாழ்வின் தன்மைகள்

எல்லாமும் இருக்கும். நீங்கள் செய்யக்கூடியது எதுவாக இருந்தாலும் அது ஆசை, கீழ்நிலை இச்சை அல்லது மேலோட்டமான கருத்து ஆகியவைகளால் தூண்டப்படாமல் சாந்தமான மெய்யறிவின் துணையோடு செய்யப்படுவதாக இருக்கட்டும்; இதுவே சுவர்கத்தின் செயல்பாடாகும்.

உங்கள் எண்ணங்கள் உலாவுகின்ற உலகைக் கறையோ களங்கமோ துளியும் இன்றி தூய்மைப்படுத்துங்கள். நீங்கள் இவ்வுடலில் வாழும் போதே சுவர்கத்தில் நுழைவீர்கள். புற உலகின் ஒவ்வொன்றிலும் அழகு பிரதிபலிப்பதைக் காண்பீர்கள். தெய்வீக பேரழகு உங்கள் உள்ளத்தில் வேரூன்றியப் பின், புற உலகின் ஒவ்வொன்றிலும் அதன் உயிர்துடிப்பு வெளிப்படும். உள்ளம் அழகாக உலகமே அழகாகும்.

பக்குவமும் முதிர்ச்சியும் அடையாத ஆன்மாக்கள் இன்னும் மொட்டவிழாத மலர்களே. அவையுள் பேரழகு ஒளிந்து கொண்டிருக்கிறது. சுவர்கத்தின் வெளிச்சம் பாய்ந்து ஒரு நாள் அந்த அழகை வெளிப்படுத்தும். மனிதர்களை இந்த கண்ணோட்டத்தில் காணும் போது, நாம் தீங்கில்லாத இடத்தில் நின்று கொண்டிருக்கிறோம். கண்கள் அழகை மட்டுமே காணும். தீமையைக்

சே.அருணாசலம்

காணாமல் இருக்கும் அன்பின் இந்த குணத்தில் தான் அதன் நிம்மதியும் பொறுமையும் அழகும் நிலைக்கொண்டுள்ளன. இவ்வாறு அன்பு செலுத்துபவன் எல்லா மனிதர்களின் பாதுகாவலன் ஆகிறான். அவர்கள், அறியாமையின் காரணமாக, அவனை தூற்றி வெறுத்தாலும் இவன் கேடயமாக அவர்களைக் பாதுகாத்து அன்பு செலுத்துகிறான்.

எந்த தோட்டக்காரனாவது தன் மலர்கள் ஒரே நாளில் மலரவில்லை என்று கண்டிப்பானா? அன்பு செய்யக் கற்றுக் கொள்ளுங்கள், எல்லோரது ஆன்மாவிலும், மிக கேடு கெட்டவர்கள் என்று கருதப்படுகவர்களின் ஆன்மாவிலும் கூட, தெய்வீக பேரழகு நிலவுவதைக் காண்பீர்கள். அது உரிய காலத்தில் பூத்து மலரும் என்பதையும் அறிவீர்கள். சுவர்கத்தின் பார்வைக்குத் தென்படும் காட்சிகளில் இதுவும் ஒன்று. இதில் இருந்தே பெருமகிழ்ச்சி பொங்குகிறது.

பாவம், துக்கம், துன்பம், வேதனை—இவை யாவும் வெளிச்சத்தை தேடும் ஆன்மாவின் தவிப்புக்கள். ஆன்மாவின் மடல்கள் திறக்கும் போது பேரானந்த ஒளி வெள்ளம் உள்ளே வரும்.

சுவர்க வாழ்வின் தன்மைகள்

துக்கத்தில் இருக்கும் ஒவ்வொரு ஆன்மாவும் இன்னும் ஒத்திசைந்து இசைக்காத இசைபண்ணாகும். அது இறுதியில் ஒத்திசையும். அவ்விசையை மீட்டும் போது சுவர்கத்தின் ஆனந்த ராகம் எங்கும் தவழும்.

நரக வேதனையே சுவர்கத்திற்கான ஆவலைத் தூண்டும். தன் குற்றம் குறைகளைச் சரிப்படுத்திக் கொண்டுள்ள ஆன்மா, தான் வசிப்பதாற்கான பேரானந்த மாளிகையைத் தகர்க்கப்பட்ட நரகத்தின் இடிபாடுகளைக் கொண்டே கட்டி எழுப்புகிறது.

இரவு என்பது உலகின் மீது பரவும் கடந்து செல்லக்கூடிய ஒரு நிழல் . துக்கம் என்பது ஆன்மஒளியின் குறுக்கே வரும் தான் என்ற ஆணவ, அகம்பாவ எண்ணங்கள் என்ற நிழல். வாழ்வின் மேல் பரவும் தற்காலிகமான ஒரு நிழல். “சூரிய ஒளியின் பிரகாசத்திற்குள் வாருங்கள்” இந்த நூலை படித்து கொண்டிருப்பவர்களே! நீங்கள் ஆன்ம ஒளி பொருந்தியவர்கள். நீங்கள் உங்கள் அவநம்பிக்கையால் மட்டுமே தெய்வீக அருளிலிருந்து பிரிக்கப்பட்டு இருக்கிறீர்கள். உங்களைக் கட்டிப்போடும் பாவம் என்னும் இரவு நேர அச்சத்திலிருந்து விடுப்பட்டு விழித்தெழுங்கள், கடவுளின் குழந்தைகள் நீங்கள்! உங்களுக்கு உரிய

சுவர்கத்தை ஆளும் தனி உரிமையை ஏற்றுக்கொள்ளுங்கள். பொய்யான நம்பிக்கைகள் என்னும் விஷத்தை மருந்து என்று எண்ணி இனிமேலும் உங்கள் ஆன்மாவிற்கு ஊட்டாதீர்கள். நீங்கள் தூசியில் புரண்டு எழும் புழு அல்ல- நீங்களாக அப்படி உங்களை உருவாக்கி கொள்ளாதவரை. நீங்கள் தெய்வத்தன்மை, நிலையான வாழ்வு ஆகியவற்றோடு இறை அருளால் பிறப்பை எய்தியுள்ளீர்கள். உங்களுக்குள் தேடுதல் இருந்தால் இதை நீங்கள் உணர முடியும். உங்கள் களங்கமான, கீழ்நிலை எண்ணங்களை இனிமேலும் பற்றிக் கொண்டு இராதீர்கள். உங்கள் பரிசுத்தமான அன்பான எண்ணங்களினால் உங்கள் உள்ளம்-, வானுலக தேவதைகளின் உள்ளத்திற்கும் நிகராகும். உங்களிலிருந்து தெய்வீக அருளொளி சிந்தும். மகிழ்ச்சியற்ற, துயரம் மிகுந்த, பாவம் நிறைந்த வாழ்விற்கு நீங்கள் சொந்தக்காரர் அல்ல, அவற்றை நீங்கள் ஏற்க மறுத்தால். அவற்றை நீங்கள் ஏற்க மறுப்பதால் அவை உங்களிடமிருந்து இனி மேலும் அந்நியப்பட்டுவிடும். காரணம், ஆன்மாவின் நிலையே எங்கு சென்றாலும் உடன் வரக் கூடியது.நீங்கள் எங்கு சென்றாலும் உங்கள் ஆன்மாவிற்க்குள் இருக்கும் குணங்கள் கூடவே வருகின்றன.

சுவர்க வாழ்வின் தன்மைகள்

நரகமல்ல, சுவர்கமே இங்கே உங்கள் உடைமை. அது என்றும் உங்கள் உடைமை. உங்களுக்கு உரிமையானதை நீங்கள் எடுத்துக் கொள்ள வேண்டும் என்று மட்டுமே அது உங்களை வேண்டுகிறது. நீங்களே உங்கள் தலைவன். யாரை நீங்கள் எஜமானனாக ஏற்று கடமை ஆற்றப் போகிறீர்கள் என்பதை நீங்கள் தான் முடிவு செய்ய வேண்டும். உங்கள் நிலையை உருவாக்கி கொள்பவர் நீங்கள் தான், நீங்கள் விரும்பி தேர்ந்தெடுப்பவைகளே உங்களுக்கான சூழ்நிலையை ஏற்படுத்துகின்றன. உங்களது வேண்டுதல்களும் கோரிக்கைகளும் (இதயத்திலிருந்தும் மனதிலிருந்தும் எழுபவை, வெறும் உதட்டிலிருந்து எழுபவை அல்ல) ஏற்றுக்கொள்ளப்பட்டு வழங்கப்படும். நீங்கள் பணிவிடை செய்தது போலவே உங்களுக்கும் பணிவிடை செய்யப்படும். உங்களது செயல்பாடுகள் உங்களை மீண்டும் வந்தடையும். உங்களுக்கு சொந்தமானவைகளே உங்களை வந்து அடையும்.

சுவர்கம் உங்களுடையது. நீங்கள் அதற்குள் நுழைந்து அதை உடைமையாக்கி கொள்ள வேண்டும். சுவர்கம் என்றால் பெருமகிழ்ச்சி, பேரருள். ஆசைப்படவோ, வருத்தப்படவோ ஏதும் இல்லாத நிலை. முழு நிறைவான வாழ்வை

சே.அருணாசலம்

இப்பொழுதே இவ்வுலகிலேயே வாழ்வதாகும். சுவர்கம் உங்களுக்குள்ளேயே இருக்கின்றது. இதை நீங்கள் உணரவில்லை என்றால், உங்கள் ஆன்மா உள்முகமாக திரும்புவதை நீங்கள் தொடர்ந்து தவிர்த்து வருகிறீர்கள். உங்கள் ஆன்மா உள்முகமாக திரும்பட்டும். இந்த உண்மையை நீங்கள் உணர்வீர்கள்.

வாருங்கள், உங்கள் உள்ளொளியின் பெரு வெள்ளத்தில் வாழுங்கள். இருள் சூழ்ந்த இடங்களையும் நிஜம் அல்லாத நிழல்களையும் விட்டு வெளியே வாருங்கள். மகிழ்ச்சியாக இருப்பதற்கே நீங்கள் படைக்கப்பட்டீர்கள். நீங்கள் சுவர்கத்தின் குழந்தை. தூய்மை, மெய்யறிவு, அன்பு, நிறைவு, ஆனந்தம், நிம்மதி இவையே சுவர்க வாழ்வில் நிலைத்து நிற்கும் பேறுகள். அவை யாவும் உங்களுக்கே உரியவை. ஆனால் நீங்கள் பாவத்தில் இருக்கும் போது அவற்றைப் பெற முடியாது. இருளான பாதைகளில் அவற்றை எள்ளளவும் காண முடியாது. ஒவ்வொரு மனிதனது உள்ளொளியும் பிறக்கும் களங்கமற்ற அன்பின் ஒளிக்கே அவை சொந்தம். உலகை ஒளிமயமாக்கும் அன்பின் ஒளிக்கே அவை சொந்தம். மனதின் கண் மாசிலன் ஆக, புனித கிறிஸ்து என்னும் குழந்தை உங்கள் ஆன்மாவில் பிறக்கும். அப்போது சுவர்கத்தின் உயர்குணங்களை உரிமையோடு

சுவர்க வாழ்வின் தன்மைகள் நீங்கள் பெறுவீர்கள். இவ்வுயர் குணங்களே உங்கள் மெய்யான தன்மையாகும்.

எவனது ஆன்மாவில் பெருமகழ்ச்சி அளிக்கும் இந்த பேரழகு குழந்தை பிறப்பு எடுத்துள்ளதோ, அவன் இந்த குழந்தையை ஈன்றெடுப்பதற்காக பாடுபடுகின்ற இவ்வுலகின் வலி மிகுந்த துடிப்பை மறந்து விட மாட்டான்.

சே.அருணாசலம்

அச்சு புத்தக விலை பட்டியல்

வ. எண்	ஜேம்ஸ் ஆலன் முதன்நூல்	தமிழ் மொழிபெயர்ப்பு நூல்	விலை ரூ
1	Man: King of Mind, Body and Circumstance	மனிதன்: மனம், உடல், சூழ்நிலையின் தலைவன்	125/-
2	Foundation Stones to Happiness and Success	மகிழ்ச்சிக்கும் வெற்றிக்குமான அடிதளம்	125/-
3	Out from the Heart	உள்ளத்திலிருந்தே வாழ்வு	125/-
4	Byways of Blessedness	அருள் பொழியும் நிழல் பாதைகள்	400/-

சுவர்க வாழ்வின் தன்மைகள்

5	All These Things Added	வேண்டுவன யாவும் கிட்டும்	
5.1	Entering the Kingdom	சுவர்கத்தின் நுழைவாயில்	180/-
5.2	The Heavenly Life	சுவர்க வாழ்வின் தன்மைகள்	180/-
6	Above Life's Turmoil	வாழ்வின் கொந்தளிப்புகளை கடந்த உயர்நிலைகள்	250/-
7	Men and Systems	மனிதர்களும் அமைப்புகளும்	
8	Mastery of Destiny	விதியை நிர்ணயிக்கும் ஆற்றல்	
9	From Passion to Peace	உணர்ச்சிவேகம் முதல் நிம்மதி வரை	150/
10	Eight Pillars of Prosperity	வளமான வாழ்வைக் கட்டமைக்கும் எட்டு தூண்கள்	250/-
11	Through the Gate of Good or Christ and Conduct	நல்வாசலின் வழியே அல்லது கிறிஸ்துவும் நல்லொழுக்கமும்	150/-
12	Morning and Evening Thoughts	காலை மாலை சிந்தனைகள் (ஆங்கில மூலம்-தமிழ் மொழிபெயர்ப்பு)	200/-
13	Life Triumphant	வெற்றிகரமான வாழ்வு	220/-

	(Mastering the Heart and Mind)	(மனதையும் இதயத்தையும் பண்படுத்தி ஆளுதல்)	
14	Poems of Peace	நிம்மதியின் பாடல்கள்	250/-
15	The Shining Gateway	நேர்வழியின் சீரிய ஒளி	200/-
16	Light on Life's Difficulties	வாழ்வின் பிரச்சினைகள் மீதான ஒளிவீச்சு	
17	As a Man Thinketh	மனிதன், அவன் எண்ணங்களின் நிரலாக்கம்	
18.1	The Path to Prosperity	வளமான வாழ்விற்கு இட்டுச் செல்லும் பாதை	
18.2	The Way of Peace	நிம்மதியின் வழி	
19	Divine Companion	தெய்வீக உறுதுணை	
20	Meditations For Everyday of the year	தியானங்கள் ஆண்டின் ஒவ்வொரு நாளுக்கும்	

தொடர்புக்கு

வள்ளியம்மை பதிப்பகம்

மின்னஞ்சல்: arun2010g@gmail.com

வாட்ஸ் அப் எண்: 91-8939478478